Tanga Mo Naman, Love

JB LAZARTE

Lazarte, JB

First Edition
Skirmisher Press

PUBLISHER'S NOTE

This is a work of fiction. Names, characters, places, and incidents either are the product of the author's imagination or are used fictitiously, and any resemblance to actual persons, living or dead, business establishments, events, or locales is entirely coincidental.

ISBN-13: 978-1976555664
ISBN-10: 1976555663

Cover design: Clark Kevin Distor

To contact the author, send an email to
JBLAZARTE@GMAIL.COM

Join **Tanga Republic** on Facebook:
https://www.facebook.com/TangaRepublicX/

1

HINDI MALAMAN NI JACK KUNG PAANO sasabihin kay Camille ang tutoo. Paano mo nga naman maaatim na makitang ma-disappoint ito? Heto't asang asa ang bruha: ilang ulit pang nire-review ang math assignment ni Brett, na si Camille ang gumawa, sinisiguro na wala itong mali kahit isa. Pag naka-perfect score nga naman si Brett, mapupuri na naman ito ni Mrs. Santos, ipangangalandakan na naman ito sa harap ng buong klase. "Itong si Brett ang ideal student! Athletic at matalino na— guwapo pa!"

Syempre, emphasis on "gwapo." Sabi nga ni Camille nung minsan, "Siguro kung nag-asawa si James Reid at Daniel Padilla, si Brett ang anak nila." Sabay bunghalit ng tawa. Loka rin itong si Camille, ang taba ng utak.

Kung alam lang nila na si Camille ang gumagawa ng

lahat ng mga math assignments ni Brett.

At kung alam lang sana ni Camille…

"Hindi na darating yung si Brett," sabi ni Jack. "Malamang nalimutan ka na naman."

"Hindi yun," sabi ni Camille. "Baka na-traffic lang."

Traffic? E dyan lang yun nakatira sa tapat ng school. Minsan ang sarap barahin ng pagiging *in denial* ni Camille e.

Nagkakandahaba na ang leeg ni Camille sa katatanaw sa mga taong padating. Nakaupo sila sa ilalim ng puno ng talisay malapit sa entrance ng school. Tanghaling tapat, nagngangalit ang sikat ng araw.

Di na makatiis si Jack. "Bakit hindi mo kasi itext?"

"Tinext ko na!" Bagsak ang mukha ni Camille. "Hindi naman nagrereply e."

Kita mo na, naisaloob ni Jack. *Gagong Brett, ginagamit ka lang nun.* Pero hindi na ito masabi ni Jack. Baka sya na naman ang sisihin ni Camille. Pagsabihan syang "Nega ka kasi. Lahat na lang ng masama ine-expect mo sa mga tao. Ibahin mo si Brett."

Oo, ibahin mo si Brett. Saksakan ng babaero nun. Bobo pa. Yun nga lang, ang galing mag-basketball.

Kung bakit naman kasi hindi ako marunong magshoot ng bola, mag-dribble. Kung bakit kasi ang bilis kong hingalin, naiisip ni Jack habang pinagmamasdan si Camille. *E di sana ako ang pinagpapantasyahan ng bayan.*

"Bakit hindi mo na lang iabot yang assignment sa loob ng classroom?"

"Ano ka ba?" Iritado na si Camille—dahil sa init ng katanghalian at dahil na rin sa pagka-late ni Brett. "E di nabuko sya ng lahat ng mga kaklase natin? Kawawa naman yun. Baka pagalitan sya ni Mrs. Santos at isumbong sa parents nya."

Mabuti nga yun, para matuto naman ang ugok na yun.

"Anong sabi mo?" salubong na ang mga kilay ni Camille, malapit nang sumabog ang pasensya nito. Pikon na.

"Ang sabi ko—" kamot ng hindi naman nangangating

ulo—"darating na siguro yun. Konting hintay na lang at andyan na bigla yang *boyfriend* mo."

Sa salitang "boyfriend," umaliwalas bigla ang mukha ni Camille. "Alam mo yan, best friend!"

Wow, ang tamis bigla ng ngiti, muntik na kaming langgamin, naisip ni Jack. Asang asa ang bruha. Naku, kung alam mo lang Camille. Ang kaso, ayaw na ni Jack na sya ang taga-hatid ng masamang balita kay Camille. Nadala na sya. Kahit na ba may kasabihang, "You don't shoot the messenger," sya pa rin ang pagbubuntunan ng sama ng loob ni Camille. Tulad nung isang beses, nakita nya sa mall si Brett, kaakbay si Joanna, yung super-friendly na syota ng bayan na masabihan lang ng "I love you" ay sumasagot agad agad ng "I love you more!" Okay, sorry, medyo exaggerated yun, pero parang ganun na rin. At dahil first time na maka-scoop ng scandal, ang unang ginawa ni Jack ay magsumbong kay Camille. At dahil first time na may nag-attempt na basagin ang bubble nya, ang unang ginawa ni Camille ay ang hindi maniwala. "Baka naman pinsan nya yun? O baka naman hindi si Brett yun? Baka si James Reid talaga yung nakita mo at hindi si Brett?"

Wow, ha. Artista lang?

"E di tanungin mo sya," sabi noon ni Jack. Ang lakas pa ng loob nya. Sure na sure sya na wala ng takas itong si Brett. Matagal na kasi syang asar dun. Akala mo kung umasta ay image model ng Bench. Akala mo kung makangiti ay endorser ng Close-up. Kung makalakad sa mga pasilyo ng school, akala mo may spotlight na laging nakatutok sa kanya. Nakakaasar naman talaga ang feelingero na yun. "Tanungin mo sya pagdating nya. Kumprontahin mo. Tingnan natin kung makatanggi pa sya."

Nang masalubong nila si Brett ng hapong yun, todo deny naman ito. Actually, hindi todo deny, tamang denial lang. Tipong, "Hindi ako yun ah! *Duh!*" Yun lang at naniwala na agad si Camille. Nalaglag agad ang panty, lalo na nung ngumiti ng mala-Close-up smile si Brett sabay

3

paalala kay Camille na deadline na ng assignment nya sa math at kung pwede'y makuha na nya ang mga sagot. Eventually, si Jack pa ang nasisi. Kesyo inggit lang sya dahil wala syang lovelife, walang social life, walang kahit anong *life*. *Puro libro, computer, libro, computer*, pang-iinis pa ni Camille.

"Bakit di ka humanap ng girlfriend para hindi ka nangungunsumi sa kaligayahan ng iba?" sundot pa ni Camille.

Ayaw na ayaw pa naman ni Jack ng kinukwestyon ang mga life choices nya. Bakit, masama ba na magpursigeng mag-aral para makakuha sya ng scholarship sa kolehiyo? Masama ba na pilitin nyang matutong makagawa ng sarili nyang Android app? Krimen ba na maituturing na ang paborito nyang libro ay ang koleksyon ng mga love poems ni Elizabeth Barrett Browning? Pero isang titig nya lang kay Camille at sa asang-asa na mukha nito, nilunok na lang nya ng tahimik ang mga masasakit na salitang muntik na nyang bitiwan. Simula noon, hindi na kumokontra si Jack. Kapag niyaya sya ni Camille na sumama sa mga pagtatagpo nila ni Brett, umo-oo na lang sya. Ayaw nya ring tumanggi dahil medyo nag-aalala sya kay Camille—baka manyakin ito ni Brett kapag wala sya dun. Baka kung anong gawin— ewan lang nya, pero parang may lihim na violence si Brett. Wala syang tiwala sa hilatsa ng mukha nito. Sabi nga ng bandang Parokya ni Edgar, si Brett ay yung tipo ng gwapo na bagay maging kontrabida sa pelikula.

"Ayan na sya," paimpit na bulong ni Camille sabay siko kay Jack. Malayo pa lang, lutang na lutang agad ang good looks ni Brett—matangkad sa karaniwan, maputi, makinis, may tutsang ("bigote at balbas yun!" pagko-correct sa kanya minsan ni Camille). Samantalang sya, ni hindi yata sya tutubuan ng kahit isang hibla ng bigote. Kumaway si Camille, pero hindi agad sila nakita ni Brett—bawat makasalubong kasi nito, binabati sya, kinakausap, lalo na ng mga girls.

"Bwiset na mga babae to," bulong ni Camille,

namumula na naman sa inis. "Anlalande! Kulang na lang maglulupasay sa paanan ni Brett!"

Akala mo sya hindi ganun, bulong ni Jack.

"Ano'ng sabi mo?" bwelta sa kanya ni Camille.

"Wala. Ang sabi ko ang lalandi nga ng mga babaeng yan! Ang sarap pagsasabunutan!"

Hindi na nagsalita si Camille, pero nakakunot pa rin ang noo. Hinayaan na lang nyang mapansin sila ni Brett—wala rin naman ibang dadaanan kundi ang mismong tapat nila. Nawala lang ang simangot ni Camille nang lumapit na nakangiti si Brett sa kanila.

"Hi, Cam!"

Cam? Bago yun ah. Pinipilit ni Jack na mag-astang parang wala lang sa kanya ang nakikita. May napansin syang patay na ipis sa may damuhan sa paanan nya. Parang medyo nainggit sya dun sa ipis.

"Hi, Brett," bati ni Camille. "May problema ba? Parang na-late ka na yata?" Sa tono ng pananalita ni Camille, parang siya pa itong nagso-sorry.

"May tinapos pa kasi ako eh."

"Tinext kita kanina ah."

"Talaga? Parang wala akong nareceive." Larawan ng kainosentehan ang mukha ni Brett. Nagscroll down pa sa messages sa cellphone nito. "Wala naman eh."

"Hayaan mo na," sabi ni Camille. Buong ingat na iniabot kay Brett ang hawak nitong papel: larawan ng alipin na nag-alay ng sakripisyo sa diyos nya. "Heto na nga pala ang assignment mo."

"Wow! Thank you!" Niyakap nya si Camille. "Thank you, thank you talaga! Sobrang galing mo talaga, Cam!"

"Wala yun!" Pero halatang kinikilig si Camille sa pagkakayakap sa kanya ni Brett.

Tuwang tuwa naman ang gaga, naisaloob ni Jack.

"Thank you," sabi ni Brett, mabilis na isinusuksok sa bag ang math assignment. "See you later, Cam."

"Yung usapan natin, nalimutan mo na?"

Alanganing kunot ng noo ang isinukli ni Brett.

"Usapan?"

"Yung mamaya? Iti-treat mo ako ng dinner, di ba?"

"Ah, oo nga pala!" Pero wala na sa kanila ang isip ni Brett; nagpipipindot na ito sa cellphone nya, nagtetext. "Sure, Cam. Text kita later ha. Meet na lang tayo dun?"

"Okay." Larawan ng kaligayahan si Camille. "See you later."

Matagal nang nakaalis si Brett ay nakatayo pa rin si Camille dun, nakatanaw. Si Jack naman, tahimik lang, kunwari balewala sa kanya yung realization na mukha na silang tanga dito.

Later, nung gabing yun, mahigit isang oras na naghintay sa fastfood si Camille, nagtetext, tinatawagan ang magtitreat sa kanya ng dinner. Pero walang Brett na sumipot. Laging "User is out of coverage area" ang binabalik ng cellphone nya tuwing ida-dial nya ang number ni Brett. Gustong maiyak ni Camille pero hindi: inisip na lang nya na baka nagkaproblema lang si Brett. Ayaw nyang maniwalang sinadya ng lalaki na hindi siya siputin. Hindi ganun si Brett. Hinding hindi.

Alam lahat ni Jack yun dahil kahit hindi sya niyayang sumama ni Camille sa meet-up nila dapat ni Brett (na dati naman ay sinasama siya), naroon lang sya sa labas, nakatayo, nagbabantay, nalulungkot para sa kaibigang nasa loob ng fastfood, na naroon pa rin at tahimik na sinusundot ng tinidor ang spaghetti nito.

2

HINDI RIN MALAMAN NI JACK KUNG BAKIT nya ginagawa ang mga ginagawa nya para kay Camille. Wala naman talaga syang gusto dito. Maganda si Camille, makinis, maputi, matalino rin naman—magaling sa math kahit medyo sablay sa English—at siguro kung tititigan nya ang hubog ng katawan nito *objectively* (*objectively* ha, walang malisya), sexy rin naman, may ipagmamalaki, 'ika nga. Pero yun nga, wala syang balak ligawan ito. Dahil una, hindi nya alam kung paano manligaw. At pangalawa, hindi naman sya in love na in love kay Camille. Medyo type nya lang, natutuwa lang sya dahil nagkakasundo sila. Medyo may pagkabaliw kasi si Camille, masarap kasama, tamang tamang pantapat sa personality ni Jack na introvert. *Bestfriend.* Yun ang salitang pinanghahawakan ni Jack, ang definition nya sa kung ano ang meron sila ni Camille. Alangan namang taluhin nya ang bestfriend nya?

Class president si Camille. Class vice president si Jack. Hindi naman talaga sila nagpapansinan nung una. Nerd kasi si Jack, walang barkada, wala kasing makaintindi madalas sa mga pinagsasabi nya. Madalas ang kausap nya lang ay yung poste, o kaya yung puno ng talisay sa may entrance ng school. Si Camille naman ay popular sa campus, maganda kasi, friendly, mabilis mo mapatawa at mapangiti. Natural na "people person," 'ika nga. Kung paanong nag-krus ang mga landas nila at naging magkaibigan ay isang malaking tsamba lang. Noong nagbotohan kung sino ang magiging class officers, walang kahirap-hirap na ibinoto ng madla si Camille sa pinakamataas na pwesto. Ang problema, walang maiboto bilang vice president. Nang sandaling yun, napansin ni Camille sa may isang sulok ng classroom si Jack, nagsusulat ng kung ano sa notebook nito. Saka nya naalala na matalino nga pala ito, nanalo sa isang essay writing contest nung isang taon. "I hereby nominate Jack Ramos as my vice president," biglang announce ni Camille. Lahat napalingon kay Jack. Si Jack naman, namutla, hindi nakapagsalita, lumunok ng laway, kumamot ng ulo sa sobrang gulat at kaba. Napalingon siya sa nakabukas na bintana ng classroom, isa lang ang naisip nya: *tatalon ako! Tatakas ako dito!* Pero bago sya nakatayo o nakakibo man lang, isinusulat na ni Camille sa board ang pangalan niya, binibilang na ang boto. Walang ibang nakahirit nang ilabas ang resulta: walang ibang nagtangkang lumaban sa kanya bilang vice president. Ganun lang kabilis.

Bilang class president, maraming projects si Camille. Napakasipag nito. Art projects, decorative projects, general cleaning, at kung anu ano pa—at sa bawat proyektong yun, damay si Jack bilang kanang-kamay ni Camille. Hindi nagtagal, naging parang close na sila, naging magkaibigan, nagkakakuwentuhan ng mga pinakamalalim na saloobin. At sa unang pagkakataon, hindi na laging nag-iisa si Jack sa campus. Iniwasan na rin sya ng mga dating nambu-bully sa kanya dahil kay Camille—para kasing tigre ito sa tapang. Si

8

Camille ay yung tipong akala mo walang muwang kapag tahimik, pero kapag napikon biglang labas lahat ng mga pangil.

"Antaba ng utak mo," sabi ni Jack minsan kay Camille habang naglalakad sila sa campus, nagpapaskel ng poster para sa isa sa mga proyekto nila. "Bakit ba andami mong naiisip gawin?"

"Ako pa ang mataba ang utak? Eh ikaw nga lagi ka na lang 100 sa English. Marunong ka pa mag-program ng Android app. Ano bang app ginagawa mo?"

Kibit-balikat si Jack. "Wala lang. Alam mo yung game na Flappy Bird? Gumagawa ako ng tulad nun."

"Laos na yun ah."

"Kaya nga iba na lang ginagawa ko. Pero top secret. Baka mabulilyaso pa."

"Top secret ka pa dyan," sabi ni Camille habang nag-aabot ng poster kay Jack. Maingat na inilapat ni Jack ang poster sa pader na pinahiran ng glue. "Pero pag nag-click yan, promise mo sa akin babalatuhan mo ako ha."

"Oo ba!"

"Tutal wala ka namang girlfriend. Kaya pwede mong ibigay sa akin kalahati ng kikitain mo sa Android app na yan."

"Ano ka siniswerte?" Tatawa-tawa si Jack. "Kapag yumaman na ako, iha-hire kitang alalay. Tapos uutusan kitang magtimpla ng kape."

"In your dreams," sabi ni Camille, nakanguso na parang bata. Ewan, pero parang kiniliti ang puso ni Jack. *Cute lang si Camille*, laging pinapaalala ni Jack sa sarili nya, *pero hindi girlfriend material*. Friend lang. Bestfriend. *Ambigat kaya ng kamay nito. Magkamali ka lang ng corny na joke, naka-kutos agad. O kurot.* Madalas na namumutakti sa pantal ang tagiliran nya sa kakakurot ni Camille. Hindi naman sya syempre pwedeng makaganti ng kurot kay Camille dahil una, hindi nangungurot ang isang tunay at machong machong (description ni Jack sa sarili nya tuwing umagang nasa harap sya ng salamin) lalaking gaya niya. At pangawala, aakusahan sya agad ng "sexual harassment." Hihiritan sya ni Camille ng, "Nanghihipo ka na ah! Isusumbong kita sa teacher!" Paano ka naman mananalo dun?

Pero minsan, naiisip nya, *what if?*

Tulad ngayon. Naaawa si Jack dito. Kung siya ang boyfriend ni Camille, hindi ito magdurusa nang ganito. Kahit gaano pang pagtatago o pagtanggi ni Camille, halatang halata pa ring namamaga ang mga mata nito. Alanganing lumapit si Jack. Absent si Brett—panay ang sulyap ni Camille sa bakanteng upuan ng binata, iniisip siguro kung ano'ng nangyari dun. Kalagitnaan na noon ng lesson ni Mrs. Santos, pero wala sa diskusyon ang isipan ni Jack. Kagabi, hindi sya nagpakita kay Camille. Nakatago lang sya sa likod ng isang poste, nagdarasal na sana mauntog na ito at magdesisyon na umuwi na at huwag na huwag na muling maniniwala na mabuting tao si Brett. Hindi sya nagpakita kay Camille dahil ayaw niyang dumoble pa ang pagkapahiya nito sa sarili. Ang kaso hindi pa umalis agad si Camille, inabot pa sya ng halos dalawang oras, nakatanga dun, umaasa siguro na bigla na lang bubukas ang pinto ng fastfood at iluluwa ang humahangos at super apologetic na si Brett—isang bagay na hindi nangyari. At nung sa wakas ay tumayo na si Camille at lumabas ng fastfood, naroon lang sa may likod si Jack, nagkukubli sa mga anino—malalim na nun ang gabi, at nag-alala si Jack na baka may kung anong masamang mangyari sa kaibigan kung iiwanan nya ito. Hindi alam ni Camille na naroon lang si Jack sa tabi-tabi, matiyagang nakasubaybay hanggang nakapasok na sya sa gate ng kanilang bahay.

"Camille Lopez," biglang sabi ni Mrs. Santos. "May problema ka ba, iha?" Naghahanap kasi ng volunteer na sasagot sa board ang teacher, ngunit walang nagtataas ng kamay, kahit na ang usually ay makulit na si Camille.

"Ah, w-wala po, Ma'am." Pinilit ngumiti ni Camille, pero mas nagmukhang ngiwi yun kaysa ngiti. "Medyo mainit lang po ang pakiramdam ko."

"Aba, magpunta ka na sa school clinic, iha. Naroon naman ang ating resident doctor."

"Okay lang ako, Ma'am," tanggi ni Camille. "Nakainom na po ako ng gamot kanina eh."

Tinitigan sya ni Mrs. Santos, tinitimbang ang katotohanan sa mga salita nito. Paborito kasi siya ni Mrs. Santos. Actually, paborito si Camille ng lahat ng teacher sa school. "Sigurado ka ha? Baka kung ano na yan?"

"Wala po ito, Ma'am, sigurado po ako." Ngiting ngiti na si Camille, halatang fake, obvious na hindi talaga ito sigurado. "Mamaya po okay na po ako."

Tatango tango si Mrs. Santos. Tyempo namang nag-ring na ang bell—break na. Recess. Nagkanya-kanya ng hangos palabas ng classroom ang mga estudyante.

Sa isang sulok ng canteen natagpuan ni Jack si Camille. Nakatitig ito sa phone nito, tila may hinihintay. Alam ni Jack kung sino at bakit. Pabagsak na umupo sya sa tabi ng dalaga, saka inalok niya ito ng dala nyang siopao.

"Hindi ako kumakain nyan," sabi ni Camille. "Pusa ang palaman nyan e."

"Ansarap kaya ng pusa!" kontra ni Jack, sabay kagat sa siopao. Todo over-acting na nginuya nya ito. "Scrrrrrumptious!"

"Tse!"

"Bakit ba ang init ng ulo mo?"

Hindi sumagot si Camille. Patay-malisya naman si Jack, kunwari wala siyang alam. Kunwari nung sinabi nyang, "Kumusta naman ang date nyo ni Brett kagabi?" ay hindi nya alam ang buong pangyayari, hanggang sa kahuli-hulihang detalye ng miserableng gabi ng dalaga.

"Okay naman," pagsisinungaling ni Camille. Lihim na napangiwi si Jack—maraming talento si Camille, pero hindi kasama sa mga talento nito ang pagsisinungaling.

Napabuntong-hininga si Jack. Minadaling nguyain at ubusin ang baon nyang siopao (dahil hassle namang magsalita habang puno ng pusa, este, siopao ang bibig mo).

Lumunok. Bumuntong-hininga ulit. Saka nya sinabing, "Miss Lopez, kung 'okay' ka talaga, e bakit namamaga yang mga mata mo? Parang magdamag ka yatang umiyak eh."

"Wala ito," sabi ni Camille, kunwari busy sa kababasa ng kung ano sa cellphone nya.

"Anong wala? Halos di mo na maidilat ang mga mata mo sa laki ng eyebags mo. Kamukha mo na lalo si Doraemon—*awww!*"

Napalingon ang lahat nang napahiyaw nang malakas si Jack—buong diin na kinurot kasi siya ni Camille sa tagiliran.

"Ano? Sino pa kamukha ko? Sige!" sabi ni Camille, pinipilit magpanggap na galit siya.

Nakangiwi pa rin si Jack habang hinihimas-himas ang tagiliran nya. "Awww! Grabe ka talaga. Ansakit naman nun! Dapat sayo naging wrestler ka na lang at—*awww!*"

Napalingon ulit ang lahat nang napahiyaw ulit si Jack— dahil nakakurot ulit si Camille.

"Awts! Pamatay talaga yang kurot na iyan!" Humarap kay Camille, ala-Jimmy Santos ang mukha. "Ma-cha-khet!"

Tumatawa na si Camille, natutuwa sa pagkakangiwi ng binata. "Buti nga sayo," dugtong pa nito.

Lihim na natuwa na rin si Jack; at least, medyo nakangiti na si Camille. Madali lang naman talaga pasayahin ang dalaga. Hulihin mo lang ang kiliti nito. Kaya lang madalas *at his expense*, 'ika nga. Tulad ngayon, bugbog-sarado sa kurot ang tagiliran nya.

"Ano talaga ang nangyari kagabi?" subok ulit ni Jack. "Ano ginawa ni Brett?"

Halatang nag-aalangan magsalita ang dalaga.

"Huhulaan ko," sabi ni Jack. "Nagpaka-asshole na naman siya, ano?"

Isang tahimik na pag-amin ang hindi pagkibo ni Camille.

"I told you so!" bunghalit ni Jack, sabay tapik sa balikat ng dalaga.

"Ayan ka na naman sa 'I told you so, I told you so'

mo!"

"Eh ano'ng gusto mong sabihin ko sayo? Bakit kasi patay na patay ka dun sa mokong na yun?"

"Hello? Tinatanong pa ba yan? Kelangan pa bang i-memorize iyan?"

Napaismid si Jack. "Kapag ganyan na ang nangyayari, natural kelangan mo nang itanong sa sarili mo iyan, di ba? Ilang beses na bang nangyari ang ganyan?"

Talk to the hand, muwestra ng kamay ni Camille.

"Saka ano ba'ng hinahabol habol mo sa Brett na yun? Porke guwapo sya, matangkad, star basketball player ng school, eh dapat ma-in love ka na agad sa kanya? Bakit, marami namang ibang guwapo dyan at matalino ah." *Pause.* "Tulad ko."

"Bwahahahaha! Nag-iilusyon na naman po ang isa rito," bunghalit ng dalaga. "Guwapo daw sya. Saan banda, aber?"

"Dito o!" sabay turo sa butas ng ilong.

Tawa si Camille. Ngiti lang si Jack; nasa mukha niya ang pagkakakuntento ng isang taong nakapagbenta ng joke.

"Sige na nga, guwapo ka na rin," maya-maya'y pagbibigay ni Camille. "Pero huwag mo masyado dibdibin ha? Baka di ka makatulog."

"Well, hindi naman ang nagniningning na kagwapuhan ko ang pinaguusapan natin e. Kundi si Brett. Kita mo, umiyak ka na naman. Hindi ka ba nagsasawa sa ganyan?"

Hindi kumibo si Camille.

"Wala kang mapapala dun kay Brett, Camille. Iba na lang. O kaya wag ka na muna magboyfriend. Hindi naman nakakamatay ang maging single."

"Oo alam ko yun," sa wakas ay nagsalita si Camille. "Kasi ikaw nga buhay na buhay kahit *single since birth* ka o."

"Wow, magsasalita ka lang, manlalait ka pa!"

Tawa si Camille. Hindi natawa si Jack. Nang maramdaman na seryoso pala si Jack, inabot ni Camille ang kamay ng binata, pinisil-pisil—yun ang paraan niya ng paglalambing sa kaibigan nang hindi niya kailangang magsalita.

"Tigilan mo yan," sabi ni Jack, sabay bawi sa kamay niya. "Hindi ako natutuwa sa iyo. Nagsasawa na ako sa mga problema mo."

"Eh ano'ng gusto mong gawin ko?"

"Promise mo muna na hindi mo na papansinin yung mokong na yun. I-promise mo na magiging matigas ka na sa kanya—at wag mo nang igagawa yun ng assignment niya! Sobrang swerte na nun ah!"

Matagal na napatahimik si Camille, nag-iisip. Napabuntong-hininga. "Sige," sabi nya.

"Anong 'sige'?"

"Oo, hinding hindi ko na yun papansinin. Kahit gumapang pa siya sa paanan ko," sabi ni Camille.

"Talaga lang ha?"

"Oo promise. Mula ngayon, wala nang Brett sa buhay ko. Kahit na siya pa ang pinakagwapong lalaking nakilala ko, hinding hindi ko na siya papansinin!"

"Medyo may protesta ako dun sa part na 'pinakaguwapong lalaking nakilala' mo, pero pwede na rin."

Napaismid si Camille. "Isisingit mo na naman ang sarili mo. Sinabi na nga'ng guwapo ka rin. GUWAPO. O, ayan. Satisfied?"

"Okay," sabi ni Jack, nakangiti na. "Gusto mo mag-celebrate tayo mamayang uwian? Ititreat kita ng pizza. Saka yung paborito mong chocolate milkshake. Ano?"

"Wow, andaming pera ah."

"Ipon ko iyan, gaga. Kita mong naka-siopao diet ako ilang linggo na. Sinong hindi makakapag-ipon ng *limpak-limpak* na salapi nun? Ano, mamaya?"

Nag-isip pa saglit si Camille.

"Tsk. Arte. Siya na nga bubusugin mo, nagpapapilit pa," reklamo ng binata.

"Ikaw naman! Masyadong atat! Sige na nga! Kain na tayo!"

"Galit lang? Pakakainin na, utang na loob ko pa?"

"Ayaw mo yata e. Huwag na lang!"

"Biro lang," biglang bawi ni Jack. "Balat-sibuyas ka talaga. Sige mamaya. Wag ka na'ng iiyak-iyak diyan. Baka hindi na si Doraemon makamukha mo--*awwww!*"

Napalingon ang lahat—nakakurot na naman kasi si Camille sa tagiliran ni Jack; hindi maipinta ang mukha ng binata sa pagkakangiwi.

MASAYA SI JACK NUNG WEEKEND NA YUN. Para sa kanya, ang umaga ng Sabado ay isang hinog na prutas ng oportunidad na naghihintay lang na pitasin niya. Marami syang free time. At tulad ng karaniwan niyang ginagawa— lalo na ngayon at nasa alaala niya pa ang nakaraang gabing masaya nilang pinagsaluhan ni Camille ang isang family-sized pizza—nasa harap siya ng computer at tinatrabaho ang Android app na lagi niyang nababanggit kay Camille. Si Nanay Rosing ay nasa mga kumare nito, kaya siya lang ang tao sa bahay. Tahimik, walang istorbo. *Perfect.*

Di tulad ng ibang kabataan na ang madalas na alam lang ay maglaro ng DOTA o mag-Facebook, ang kinalolokohan ni Jack ay computer programming, lalo na ng mga mumunting applications na may kinalaman sa Android. Hindi maintindihan ni Jack kung bakit sabi ng iba ay mahirap mag-program. Open-source ang Android system, ibig sabihin wala itong itinatagong sikreto, at nasa English naman ang instructions para sa mga gustong gumawa ng mga apps. Konting tiyaga lang, ilang araw na pag-aaral at pagbabasa at ilang ulit na trial and error ang puhunan. Nagsimula siya sa paggawa ng pinakasimpleng mga Android apps, tulad ng isang app na biglang nagpapalabas ng mga love quotes ng idol niyang si Elizabeth Barrett Browning. Nung biglang sumikat ang larong Flappy Bird at mabalitaan niyang kumikita ng malaki sa advertisements ang Vietnamese programmer nito, nagsimula ring gumawa ng larong kagaya ng Flappy Bird si Jack. Kaso nang bigla ring malaos ang game, itinigil na niya. Wala na nga namang sense na ituloy niya pa ang paggawa nun, kahit na konting code compiling na lang at pwede na niyang i-upload sa Google Playstore ang app, kung saan pwede na ito madownload ng kahit sino na gumagamit ng Android phone o tablet. Isa pa, na-realize niya na bakit siya manggagaya? Pwede naman siyang gumawa ng isang original na app na may actual na silbi?

Nun niya naisip gawin ang EasySpy. Isa itong app na kapag naka-install sa isang Android phone, maaari nitong i-record ang mga phone conversations ng may-ari ng phone. Ang mga recorded conversations naman ay pwedeng ma-access o ma-download ng isa pang phone kahit nasa malayo itong lugar. Unang nabuo ang idea ni Jack nung isang beses na maupuan niya at mapanood ang isang lumang movie ni Eddie Garcia. Yun bang ang role ni Eddie ay mambabae at lagi siyang inaaway ng asawa niya. Naisip ni Jack, kung may cellphone na sana nung araw, madali lang na mahuhuli ng misis ni Eddie Garcia ang panloloko ng mister nito. Tapos naisip niya: ngayon may cellphone na lahat, smartphones pa nga, kaya pwede na... *Teka*, naisip niya, *wala pa yatang ganung app ah?*

Boom! Dun sumabog ang idea sa isip ni Jack. Nanginginig pa siya sa excitement nung simulan niyang planuhin kung paano gagawin ang programming ng app na yun, na sa simula pa lang ay tinawag na niyang EasySpy. *Imagine ang mga misis na namomroblema sa mga asawa nila? Hindi na nila kailangan mag-hire ng private investigator!* Naguumpisa pa lang niyang i-code ang EasySpy, milyones na ang nakikini-kinita ni Jack na kikitain niya mula sa pagbebenta ng app. *Yayaman siya dito!*

Kaya madalas, kapag sinasabihan siya ni Camille ng "Antaba ng utak mo," hindi lang siya nagpapahalata, pero feel na feel niya yun. *Antaba nga naman ng utak mo, dude*, sabi niya madalas sa reflection niya sa salamin. *Akalain mong ikaw lang yata nakaisip gumawa niyan?* Kung kikita siya ng malaki sa benta ng app, kahit hindi na siya makakuha ng scholarship sa kolehiyo—kaya na niya gastusan ang sarili kahit saang university pa niya gustuhing pumasok.

Kaya nung weekend na yun, halos nangangalahati na si Jack sa pagpoprogram ng EasySpy. Sa kwenta niya, siguro kung uubusin niya ang buong maghapon ng Sabado at Linggo matatapos na niya ito. Tapos beta testing na lang. Sabay upload sa Google Playstore. Hintay na lang siya ng tunog ng *ka-ching!* ng mga bumibili ng kanyang app.

Bandang hapon, nasulyapan nya ang isang TV commercial ng cartoon show na Doraemon, naalala niya bigla si Camille. "Hoy musta ka dyan?" text nya sa dalaga. Walang response. Inulit nya ang text message; baka pumalya na naman ang cellphone network at hindi pala natanggap ni Camille ang text. Pero wala pa ring response. Nung gabi, nagkakape si Jack (pagpupuyatan nyang tapusin ang Android app na ginagawa) nang biglang kumanta ng "All of Me" ni John Legend ang cellphone niya. Si Camille, namumutiktik sa smiley ang text message.

"Andito ako sa mall," text ni Camille. "With Brett. I'm so happy. ☺"

Muntik nang naibuga ni Jack ang iniinom na kape.

Bakit bakit bakit bakit bakit bakit bakit???

Nainis siya bigla kay Camille. Dapat ba maging happy siya for her? Biglang nalito si Jack—ano ba dapat ang maramdaman niya? Kaso nangingibabaw ang kanyang inis. Pinipilit niyang intindihin ang kaibigan—siguro talagang ganun nga ang love. Sabi nga ni Elizabeth Barret Browning, "I love thee with the breath, smiles, tears, of all my life." Ganun nga siguro ang pinagdadaanan ni Camille. Ang gagang si Camille. Ewan. Pero kung ano pa man ang dapat niyang madama, iisa lang ang nafi-feel niya: nanlulumo siya. Naalala niya bigla yung effort ng pagpapasaya niya kay Camille kagabi lang, yung ginastos niya na ilang araw din niyang pinag-ipunan. Nakakainis.

Napalingon sa nakatiwangwang na computer si Jack; naka-on ang monitor nito sa last page ng program niya. Naghihintay ang keyboard sa muli niyang pagtipa. Pero nawalan na siya ng ganang ituloy ito. Ni ayaw nyang buksan ang TV—baka makita na naman niya si Doraemon, lalo lang humapdi ang kirot na nadarama ng puso nya.

3

AHH, PAG-IBIG NGA NAMAN. NAKAKASUKA.

Yun ang naisaloob ni Jack habang para syang nanonood ng laro ng tennis—titingin sya kay Camille, lilingon kay Brett sa kabilang sulok ng classroom, tapos pabalik kay Camille, balik ulit kay Brett. Kapag nakatalikod kasi si Mrs. Santos—ngayon ay ubod ng bagal itong nagsusulat sa board, at malamang ay bandang year 2054 pa ito matapos magsulat—nagpapalipad ng flying kiss si Brett kay Camille. Sinasalo naman ito ni Camille: actual na dadakmain nya ang hangin, saka ilalapat sa mga labi ang flying kiss.

Ang sarap magsuka, naiisip ni Jack. Sinubukan nyang umubo ng malakas kaya napahinto sa pagsusulat si Mrs. Santos, nilingon ang mga estudyante. Sakto namang nagpapakawala ulit ng isa pang flying kiss si Brett—*huli ka!*

"What are you doing, Mister Gomez?" Kunot ang noo ni Mrs. Santos.

"Nothing, Ma'am!" Pamatay na Close-up smile. "Pinapagpag ko lang po yung dust dito sa harap ko po."

Tumango-tango si Mrs. Santos, saka binalingan ang buong klase. "Make sure you all copy this. Lalabas ito next exam."

Nasulyapan ni Jack na nakatitig sa kanya si Camille. Nginusuhan sya—alam nito kung ano'ng ginawa ni Jack. Kibit-balikat. *Kati ng lalamunan ko e*, muwestra ni Jack. Hindi yun binili ni Camille. *Humanda ka*, sabi ng matalim na titig ng dalaga. *Mamaya lagot ka sa akin. Pinapahamak mo ang love ko!*

Ngisi na lang si Jack. Kahit sa loob nito, nai-imagine niyang magwala. Lapitan niya kaya bigla si Brett saka bigla niya itong tadyakan sa mukha? Makabawas lang ng frustration? Sarap sana gawin nun kaso mas matangkad sa kanya si Brett, mas malalaki ang mga braso—baka siya pa ang magmukhang parang pinitpit na lata ng sardinas pagkatapos.

Pero teka nga, bakit nga ba galit na galit sya? Ano ba'ng interest nya sa love story ni Camille?

Yun nga rin ang paulit-ulit na tanong niya simula pa nung isang gabi. Hindi siya pinatahimik ng mga makukulit na tanong na ito. Bandang madaling-araw, nakapag-decide rin siya sa wakas: kaya siya galit kasi walang integrity si Camille. Susumpa-sumpa na hindi na nya papansinin ang mokong na Brett, kesehodang maglulupasay ito sa kalsada. Tapos ngayon—ewan kung anong magic ang ginawa ni Brett at bigla na lang nasa kamay na ulit nya si Camille—akala mo hindi nangyari yung nangyari nung isang gabi. Wala lang ba yun? Wala bang consequence ang ginawa ni Brett?

Nasaan ang bwiset na hustisya?

At dahil halos walang tulog, hirap na hirap bumangon si Jack kaninang umaga. Kung pwede lang huwag na siyang pumasok, kaso mahirap ipaliwanag yun kay Nanay Rosing.

Yung mga "bakit?" ni Nanay Rosing ay daig pa ang tren—dugtong-dugtong, tuloy-tuloy, at malamang masagasaan siya. Na-late siya ng dating sa school—umpisa na ang klase, naglalampaso na sa pasilyo ang janitor nilang si Mang Kiko, kaya parang ninja na nagtatakbo si Jack na nakayuko patungo sa classroom nito—nakakahiyang madaanan niya ang ibang rooms at makita ng madla kung gaano siya ka-late. Buti na lang nakatalikod nga at nagsusulat sa board si Mrs. Santos nung dumating siya.

Nang umalingawngaw ang bell, naunang tumalilis ng room si Jack—ayaw niyang makita ang kaligayahan sa pagmumukha ni Camille o ni Brett. Tila siya sinasampal. *May pa-sumpa-sumpa ka pa*, naisaloob ni Jack habang naglalakad palayo sa classroom, patungo sa isang sulok ng canteen. Nun niya lang naalala na nalimutan niya pala'ng hingiin ang baon niya kay Nanay Rosing—ni siopao nga wala siya ngayon. Nasa kalagitnaan ng init at siksikan ng school canteen si Jack ay litong-lito siya—saang sulok ng mundo ba siya magtatago para maiwasan ang dalawang "love birds" na yun? Ayaw niyang maglakad-lakad sa mga pasilyo ng school—obvious na mag-isa lang siya, samantalang dati'y halos araw-araw ay kasama niya si Camille. Tiyak may magtatanong sa kanya ng, "O, asan ang bestfriend mo?" Napapagod siyang mag-isip ng palusot; nahihiya naman siyang aminin ang tutoo.

Sa botanical garden kaya? Dun na lang, malamig pa, sariwa pa ang hangin. Masarap mag-isip-isip, magplano ng next move. *Baka dun ako makatagpo ng lakas ng loob na tanggapin ito*, naiisip ni Jack.

Ang school botanical garden ay isang simpleng loteng kinatataniman ng kung anu-anong halamang gamot. Ang bakod nito ay kawayan na kinakapitan ng mayabong na alugbati. Masarap tumambay dito dahil may privacy—hindi ka masyadong kita mula sa labas. Yun nga lang, kung may makakakita sa iyo dito na nakatambay ka mag-isa, alam agad nila na "loser" ka, o kaya nagse-senti—mga sitwasyong parehong aani ng pambubuska. Yun ang risk, pero walang choice si Jack. Siguro naman walang mokong na maliligaw dito.

May mga upuan na gawa sa semento na nakakalat sa botanical garden. Pinili ni Jack na maupo sa pinakasulok, yung bandang hindi ka agad makikita kapag may pumasok. Pasalamat siya dahil walang katao-tao sa garden—may konting simoy ng hangin na nakaka-antok, medyo malamig dahil malayo sa sikat ng araw. Pero hindi pa nag-iinit ang puwet niya sa pagkakaupo'y may narinig na siyang boses— pamilyar, tila humahalinghing, boses ng isang lasing sa kaligayahan.

Si Camille. Si Brett. Magkaakbay pa na pumasok sa garden. *Bwiset!* Napayuko si Jack, nagtago sa likod ng isang mayabong na puno ng kalamansi (*100 tiyak ang grade ng nagtanim nito*). Napalingon siya sa tarangkahan ng botanical garden—malabong makalabas siya ng hindi dadaan sa harapan ng dalawa.

"Ang sweet mo talaga," narinig niyang sabi ni Camille. "Huwag mo nga akong binobola!"

Ang ibig niyang sabihin, isip ni Jack, *bolahin mo pa raw siya nang husto!*

"Hindi kita binobola, Cam!" sabi ni Brett. "Mukha ba akong nambobola?"

Ulul! singit ng isip ni Jack. *Nakalamang ka lang sakin ng limang ligo.*

"Sobra ka na ha," sabi ni Camille. "Over na iyan. Baka maniwala na ako niyan."

Napa-*face-palm* si Jack. *Grabeng Camille, bigay na bigay naman!*

"Promise," sabi ni Brett. "Ikaw lang talaga ang ka-date ko sa Prom natin."

Date? Prom? Noon lang biglang naalala ni Jack kung nasaang bahagi siya ng mundo, kung anong petsa na, kung nasa anong lugar siya sa ilalim ng araw: Pebrero na nga pala, at ilang linggo na lang at Prom na nila.

"Hindi si Joanna?"

"Hindi ah! Hindi ko nga kilala kung sino yung Joanna

na tinutukoy mo. Nagsisinungaling lang yung Jack na yun eh."

Muntik nang mabunot ni Jack ang buong puno ng kalamansi sa gigil niya. *At ako pa ang sinungaling? Eh di wow?*

"Susunduin mo ako sa amin?" May halong pag-asam ang boses ni Camille. "Ipapakilala kita sa parents ko."

"Syempre susunduin kita!" sabi ni Brett. "Naka-limousine pa!"

"Ang sweet naman talaga ng *boyfie* ko!"

Mahabaging Diyos! Boyfie? Nagdurugo na yata ang tenga ni Jack. At ang kawawang puno ng kalamansi, nakakalbo na sa higpit ng pagkakasakal niya dito. Isang hirit pa ni Camille o ni Brett, sasabog na talaga siya. Ewan, pero pikon na pikon si Jack sa mga naririnig niya. Kinikilabutan siya. Nagngingitngit. Pero teka nga, bakit ba siya nagtatago?

"Bakit ka ba nagtatago diyan?"

Actual na salita yun, na actual na binigkas ni Thea, isa sa mga kaklase niya. May hawak itong plastic na pandilig. Nakapameywang, nakataas ang mga kilay.

Tila natuklaw ng ahas si Jack.

4

"KANINA KA PA BA DIYAN?" Gulat na gulat si Jack.

"Oo naman! Di mo napansin na dinidiligan ko itong pechay namin? Kanina pa kita tinitingnan eh. Sino ba'ng sinisilip silip mo dyan?""

Naramdaman ni Jack na namula ang mukha niya. Maraming salitang gustong sabay-sabay na umalpas mula sa bibig, pero lahat yun ay na-traffic sa kanyang lalamunan. "Kasi… Kasi ganito…"

"Jack?" Si Camille at Brett, biglang sumulpot sa harapan nila. "Ano'ng ginagawa mo dito?"

"Ha? A, eh…" *Ano pa, kundi naghuhukay ng sarili kong libingan.* "May pinaguusapan lang kami." Sabay nguso kay Thea.

"Pinag-uusapan?" Namimilog ang mga mata ni Thea sa gulat—involved pala siya dito, bakit di niya alam? "Nag-

24

uusap tayo?"

"Oo, di ba?" *Wala ka nang lusot, Jack. You're so dead.* "Di ba yung tungkol sa Prom?"

"Prom?" Napapangiwi na si Thea sa pagkalito.

"Naguusap din kami ni Brett tungkol sa Prom e," singit ni Camille. "Di ba, honey?"

Humagalpak ng sobrang fake na tawa si Jack. "What a coincidence! Kami rin eh! Di ba, Thea? Niyayaya ko kasi siya na kung pwede ako na lang ka-date niya."

"Wow. Ang sweet naman," sabi ni Camille. "Dito mo pa talaga inabangan si Thea para mag-propose! Dito sa botanical garden! Para kang nandakma ng palaka ah!" May kakaibang kislap ang mga mata ni Camille. Kilala ni Jack ito—hindi nito binibili ang mga palusot ng binata. "At pumayag ka na ba, Thea?"

"Ha?" Hindi malaman ni Thea kung ano'ng isasagot; para siyang isdang nawala sa tubig.

"Naguusap pa nga kami eh," biglang sabi ni Jack, sabay hatak sa kamay ni Thea palayo sa lugar na yun. "Pwede konting privacy? Nakakasira kayo ng diskarte eh."

Nakalabas na sila ng botanical garden bago pa man makahirit ng sagot si Camille. Alam ni Jack ang naglalaro sa isip nito. Hindi ito naniniwala sa palusot niya. Malamang naaawa pa ito kay Thea sa pagkakadamay niya.

Walang direksyon kung saan gustong magpunta ni Jack—basta lakad lang, hatak-hatak si Thea, na sa sobrang gulat at pagkalito'y hindi naka-angal. Nang may masalubong silang isang grupo ng mga kaklase, naghiyawan ang mga ito pagkakita sa kanila. "Uuuy! Kayo na ba? Is that for real?" Kantiyaw ng mga ito.

Dun parang biglang nahimasmasan si Thea. "Teka nga," sabay bawi ng kamay mula sa pagkakahawak ni Jack. "Mag-'ano' ba tayo? Saka anong Prom ang sinasabi mo? Nagdidilig lang ako ng—" Nun lang na-realize ni Thea na dala pa rin pala nya ang plastic na pandilig.

Kamot-ulo si Jack. "Ako na magsasauli niyan. Pasensiya na."

Nakasimangot si Thea. Tinitingnan mula ulo hanggang paa si Jack. "Seryoso ka ba?"

"Seryoso sa alin?"

"Sa Prom!" Ibinuhos ni Thea sa lupa ang natirang tubig sa pandilig. "Parang napasubo ka lang yata eh. Hindi naman ako tanga."

"Ha, eh…" Nakaramdam ng pagkapahiya si Jack. Sa sobrang desperado niya, nakagamit tuloy siya ng tao ng di niya sinasadya. "Sorry ha."

"OK lang," sabi ni Thea, na hindi mukhang OK.

Maganda naman si Thea ah, naisip ni Jack. *Cute*. Parang si Barbie Forteza, morena version. Hindi niya lang ito napapansin dati dahil may ibang barkada ito na laging kasama. Pero ang alam niya, wala namang boyfriend ito. "Pero kung wala ka naman talagang kasama sa Prom, bakit hindi na nga lang tayo?"

Namilog ang mga mata ni Thea—pero may bigla siyang na-realize kaya naningkit ulit. "Ah, ganun. Ako ang second option mo dahil hindi pwede si Camille! No, thanks!"

"Hindi naman tayo magpapakasal eh, pupunta lang tayo ng Prom. What's the big deal?"

"What's the big deal? Ikaw kaya ang sumagot niyan? Si Brett na ang laging kasama ni Camille. Ano feeling ng maging second option?"

"Thea—"

Pero tinalikuran na siya ni Thea. Mukhang galit nga ito. Naalala niya bigla ang kasabihan: *Hell hath no fury than a woman scorned.*

Sinundan na lang ni Jack ng tingin ang papalayong dalaga na dala pa rin ang pandilig ng halaman. *Ang malas naman ng Lunes niya*, naisip ni Jack. Bad omen ito. Actually, hindi lang Lunes niya ang malas, kundi ang buong buhay niya.

PINILIT NI JACK NA MANAHIMIK NA LANG sa buong maghapon, kahit naaasar siya sa mga pa-cute ni Camille at Brett. Sobrang sigla ni Camille—tuwing may tanong ang teacher, nakataas lagi ang kamay. Kapag tama ang sagot, isang kindat kay Brett; kapag mali ang sagot niya, isang nanlilisik na sulyap kay Jack. *May tililing yata sa kukote ang babaeng ito*, naiisip ni Jack. Pati sa English, hataw si Camille. Nang ibagsak ni Miss Rodriguez ang mala-bombang tanong na, "Who or what inspires you the most," isa si Camille sa mga naunang nagtaas ng kamay. Syempre, dahil paborito, siya agad ang tinawag ng teacher.

"Wat inspayrs me da most is may ispeysyal samwan, Mam," pa-bulol na sagot nito. Hiyawan ang buong klase— palibhasa alam nila kung sino ang tinutukoy ni Camille. Bilib rin naman si Jack dito—ang lakas ng loob ng dalaga, kahit hindi na niya territory, gusto pa rin i-conquer. Alam naman ni Camille na *dog, cat, I love apple* lang ang alam niya pagdating sa English. Halatang pasikat ito dun sa mokong na Brett na akala mo may naiintindihan din sa diskusyon.

"Why do you say that? Please explain," sabi ni Miss Rodriguez.

"It's becos… It's becos…" Nasa kisame yata ang sagot, dahil dun nakatanaw si Camille. "It's becos Ma'm he *was* so handsome." Sabay nag-bow na akala mo may mabigat at life-changing na sinabi.

Tilian ang mga kaklase, harutan. Game na tumayo si Brett, nag-astang contestant ng Mr. Pogi, inilabas ang biceps, saka nag-bow din. Lalong naloka ang mga girls. Lalong lumala ang kantiyawan. Kahit si Miss Rodriguez, namumula sa kakapigil ng pagtawa.

Eventually, pati si Jack nadamay. "Jack! Jack! Jack!" sigawan ng mga kaklase. "Si Jack naman!"

"All right, Jack, how about you?"

Grabe naman, Ma'am! Isa ka pa! Alanganing tumayo pa rin si Jack. Pero kilala siya ng mga kaklase na nag-iisang magaling sa subject na ito. Kaya cool lang siya. Kayang kaya niya ito kahit nakapikit.

"My inspiration is my mother, Ma'am," seryosong bungad ni Jack. "Ever since my father died, she has been single-handedly raising me. She works so hard from dawn till dusk. That's why I've been studying hard—when I become rich, I want to give my mother everything she's ever wanted."

Siguro out of curiosity na rin, sinundan pa ito ni Miss Rodriguez ng, "But how do you plan on becoming rich, Jack? How will you do it?"

"I don't know how I'd do that, yet, Ma'am," sabi ni Jack. Nasulyapan niya si Camille na titig na titig sa kanya. "But one thing is for sure—I will give everything, do everything in my power to achieve what I want in life. All my talents, my abilities—God gave them to me for a reason. And I will use them to make my life better, and also to make the world a better place."

Napatahimik ang lahat. Nakangiti lang si Miss Rodriguez, tila tinitimbang ang mga sinabi ni Jack. May isang mokong sa bandang likod na nagsimulang mag-slow clap. Mabagal na palakpak na sinundan ng isa, at isa pa, hanggang ang buong klase na ang pumapalakpak. Hiyawan ulit. May sumigaw ng "Iboto si Jack!" Tawanan. Nasulyapan ni Jack si Camille na nakatitig pa rin sa kanya, pumapalakpak din.

"Ang galing mo naman talaga," sabi ni Thea sa kanya nung mag-uwian. Medyo nagulat pa si Jack—hindi naman dating sumasabay sa kanya si Thea. Ni hindi nga siya nito pinapansin. At saka di ba kaka-walk out lang nito kaninang umaga?

"Thanks," sabi na lang ni Jack. "Yun rin naman ang gustong gawin ng lahat ng anak, di ba? Ang masuklian ang lahat ng hirap ng parents natin."

"Kaya nga bilib ako sa iyo e." Ngumiti si Thea. Tila nangingimi na hinawakan si Jack sa braso. Parang nakuryente naman si Jack nang maramdaman ang paglapat ng palad ni Thea sa braso niya. Hindi niya alam kung paano magre-respond. Sa huli'y hinayaan na lang niya na naka-angkla sa kanya si Thea na akala mo'y nahihilo ito at kailangan ng makakapitan. Awkward. Pero mas awkward kung sasawayin niya ang dalaga. Idinaan niya na lang sa joke. "Anlamig pala ng kamay mo," hirit ni Jack, "parang yelo." Natawa si Thea, pero kapit pa rin. *Himala yata*, naiisip ni Jack. *Bakit biglang nagbago ang mood nito? Ano'ng nakain nito?*

Paglingon niya, andun si Camille kasunod lang nila, mag-isang naglalakad, nakatitig kay Jack. Saka lang niya naalala na may practice sa basketball sila Brett kaya solo flight si Camille pauwi. May isang maliit na moment na gustong balikan ni Jack si Camille at alukin itong sabayan pauwi—ngunit mabilis niyang pinigilan ang sarili. OK na ang ganito. Move on din pag may time.

SIGURO KUNG MAY BEST ACTOR AWARD ang school nila, panalo na si Jack. Nakangiti lang siya, akala mo hindi nasasaktan. At tama nga siya: sinimulan nung Lunes, kaya buong linggo siyang bad trip. Para siyang sinisilihan kapag nasa classroom sila at andun pareho si Camille at Brett. Naaalibadbaran siya tuwing nakikita niya si Camille na kinakausap si Brett; ni ayaw niyang naririnig ang boses nito, ang bawat halakhak nito. Pero in all fairness, lagi pa rin naman siyang pinapansin ni Camille; minsan niyayaya siyang sabay na kumain sa canteen kapag wala si Brett dahil may practice sa basketball. Siya lang ngayon ang panay tanggi, panay alibi: *masakit ang tiyan ko, wala akong ganang kumain, magrereview pa ako, et cetera, et cetera.* At sa bawat tanggi niya, nakikita niya ang reaksyon sa mukha ni Camille—mumunti lang yun, halos di mo makikita, pero hindi yun makakalusot kay Jack: yung bahid ng lungkot sa mga mata nito, na idinadaan na lang sa malakas na pagtawa. Na kahit sabihin ni Camille na, "Okay, next time sabay tayo ha," alam niyang may konting kirot na nadarama sa puso ang dalaga.

Pinagkikibit-balikat na lang yun ni Jack. *Tanga ka eh*, sa loob-loob niya, *kaya paninidigan mo ang consequences ng katangahan mo.* Pero kasabay ng mga ganung kaisipan ni Jack, nasasaktan rin siya, lalo na kapag nakikita niya si Camille na mag-isang umuuwi. Pero tulad ni Camille, idinadaan na lang niya sa ngiti, sa pagtawa.

And the school's BEST ACTOR AWARD goes to...

Lagi na rin niyang kasama si Thea. Minsan tinutulungan niya itong diligan ang mga pechay ng dalaga. Isa pa, mahilig pala ito sa siopao—may kahati na tuloy siya ngayon sa baon niya, pero OK lang. Hindi pa niya inuulit ang tanong niya tungkol sa Prom, pero siguro'y saka na lang yun. May tamang oras para dun.

Biyernes ng gabi'y tila natapos ang isang linggong pag-ibig ni Camille. Pauwi na nun si Jack, nag-aabang ng jeep, nang matanaw niya sa waiting shed si Camille na umiiyak. Biglang kumabog ang dibdib ni Jack: iba na ito. Kahit na ba lagi niyang sinasabihan mentally ng tanga si Camille, at lagi niyang isinusumpang hindi na niya ibabalik ang dati nilang samahan, iba na kapag nakita mong tila pinagbagsakan ng langit at lupa ang kaibigan mo.

"Ano'ng nangyari?" Ang naisip ni Jack ay baka may nambastos sa dalaga. Luminga-linga siya. Bukod sa matandang babaeng nagtitinda ng yosi sa waiting shed, wala namang ibang pwedeng suspek. "May masakit ba sayo?"

"Si Brett," hagulgol ni Camille, mugtong-mugto ang mga mata. "Nakita ko sila ni Joanna sa likod ng school."

What the fuck?

Nagdilim ang mukha ni Jack. "Dito ka lang," malumanay na sabi niya, saka walang lingon-likod na tinungo ang direksyon pabalik ng school. Dinakma nya ang unang dos-por-dos na kahoy na nakahambalang sa daraanan. Sa halos nagdidilim na isip, desidido na siyang turuan ng leksyon ang asshole na yun. Ang naglalaro sa isip ni Jack: si Bruce Lee, sa huling fight scene ng 'Enter the Dragon', kung paano pinulbos ni Bruce Lee ang maraming kalaban.

Tama, "pupulbusin" niya si Brett—ang mas matangkad, mas matipuno, at mas macho na si Brett.

5

KAPAG TUTOONG GALIT KA TALAGA, feeling mo kaya mong gawin kahit ano. Tulad ngayon, nagngingitngit na halos takbuhin na ni Jack ang daan patungo sa likod ng school. Kay higpit ng kapit niya sa dala-dalang dos-por-dos. Kung tutuusin, wala naman talagang fighting skills si Jack. Kahit nga kapag minsang naglalaro sila ni Camille ng Tekken sa Xbox, nilalampaso lang ng Eddie ni Camille ang Hwoarang ni Jack. Pero ang naglalaro sa isip ni Jack ay kung paano niya ilalampaso sa kalsada si Brett. Syempre, in Jack's own version of events, ni hindi makakakibo si Brett—wala pang isang minuto, nagmamakaawa na ito kay Jack at nangangakong hinding hindi na ulit paiiyakin si Camille.

Pero ang tutoong nangyari, ibang iba sa na-imagine ni Jack. Nasalubong niya kasi si Brett sa may harapan ng school. Malayo pa lang ay nakangiti na ito sa kanya. "Dude," bati ni Brett, "Pumayag na ba si Thea na maka-date mo sa Prom? Maganda rin yung si Thea, jackpot ka rin dun." Tinapik pa siya sa balikat ni Brett. *Consuelo de bobo*, sulsol ng utak ni Jack.

"Anong ginawa mo kay Camille?" sabi ni Jack, ala-FPJ na pilit nilalaliman ang boses, pero dahil galit na, nauuwi pa rin sa Babalu. "Bakit siya umiiyak ha?"

"What? Wala akong ginagawa sa kanya!"

"Si Joanna," hindi nagbabago ang tono ni Jack. "Sino ba talaga, dude? Si Camille o Joanna?"

"Dude, hindi kita naiintindihan—" Muntik nang matumba si Brett sa biglang pagkakatulak ni Jack sa kanya. Namula ang mukha ng binata. Nawala ang ngiti sa mukha nito, napalitan ng daluyong. "Dude... Pre, huwag mo nga akong—"

Inulit pa ni Jack ang pagtulak. Dito na napikon si Brett. Gumanti na rin—sa lakas ng pagkakabalya niya kay Jack, na mas maliit naman talaga sa kanya, tumilapon lang ang dala nitong dos-por-dos. Pero imbes na masiraan ng loob, lalong nag-ala-tigre si Jack—patalon na sinugod si Brett, umaalagwa ang mga kamao. Panay salag lang si Brett nung una, pero nang isa sa mga suntok ni Jack ay tumama sa panga ni Brett, talagang nagbago na rin ang expression sa mukha nito. *No more Mr. Nice Guy.* Nang muling sumugod si Jack, madali lang na nasalag ni Brett ng isang braso ang suntok ni Jack, sabay bigwas naman ng isang kamao niya— kumonekta ang suntok sa panga ni Jack. Isa lang yun, pero solid. Yung tagos hanggang buto.

Nag-slow-mo ang mundo sa paningin ni Jack, umikot-ikot. Narinig niya pa si Brett na nagsabing, "That should teach you." Pero parang kaylayo ng pinanggalingan ng boses na yun, parang galing pa sa malayong tunnel. *Anong palusot ko kay Nanay Rosing*, ang huling nasa isip ni Jack, bago tuluyang nagdilim ang isip niya.

NANG MAGISING SI JACK, ANG HELLO KITTY na

kurtina ang una niyang nakita—sumasayaw-sayaw ito sa pagkakasabit sa bintana, nilalaro ng hangin. Nang subukan niyang tumayo, parang iikot muli ang mundo niya, kaya humiga na lang siya ulit. Kulay pink ang kuwarto. Panay posters ng mga kung sino sinong Korean actors, pero nasa pinakagitna at pinakamalaki ay isang Hello Kitty poster. Pati ang kumot niya ay may mga Hello Kitty prints. Nang lumingon si Jack sa tabi ng kama, nasa katabing desktop ay mga framed pictures ng isang maganda at nakangiting babae. Ilang minuto pa bago niya na-realize kung sino ang babae sa mga pictures: si Camille!

Saka naman biglang bumukas ang pinto at siyang pasok ni Camille, naka-pambahay na, namumugto pa rin ang mga mata. May dala itong tray ng pagkain at inumin, na tahimik na inilapag sa desktop sa tabi ng kama. Hindi ito nagsasalita, nakatingin lang kay Jack.

"Nasa langit na ba ako?" tanong ni Jack.

"Oo," sabi ni Camille, hindi pa rin ngumingiti.

"Ngayon ko lang nalaman na uso pala ang Hello Kitty sa heaven. Baka paglabas ko dito sa kuwarto mo, pumipilantik na rin ang mga daliri ko at gusto ko na rin magtayo ng beauty parlor."

Dun na napangiti si Camille. "Sira." Buntong-hininga. "Kumusta na ang pakiramdam mo? Masakit pa ba?" Hinipo nito ang panga ni Jack; napaigtad sa sakit si Jack. "Sorry," bulong ni Camille.

Napapikit si Jack. *Hayup na Brett, tinutoo talaga ang pagkakasuntok. Nagpapasikat lang naman ako e…*

"Bakit mo naman kasi biglang sinugod yung tao?" sabi ni Camille. "Di ba ikaw ang laging nagsasabi, 'I'm a lover, not a fighter'? O bakit parang ang tapang mo na ngayon?"

"Anong magagawa ko? Pinaiyak ka niya."

"Sus! Drama! Hindi bagay sa iyo."

"Mukha bang drama lang itong halos hindi ko maigalaw ang panga ko?"

"Hindi ko naman sinabing sugurin mo agad si Brett, eh. Hindi pa nga ako tapos magsalita."

"Ang sabihin mo," sabi ni Jack, napaupo na sa kama. "Ubod nang tigas ng iyong ulo! Sinabihan ka nang huwag magtitiwala dun sa mokong na yun, bumigay ka pa rin. Isang sorry, isang deny lang ni Brett, nagpapa-uto ka na agad. Nadadamay pa ako."

"Wala naman nagsabi sa iyong makialam ka."

"A ganun? Ako pa talaga ang kontrabida. *Thank you* ha."

"Sorry na," sabi ni Camille. "Tapos na kami ni Brett. Hindi ko na talaga papansinin yun."

"Parang ganyang ganyan din yung sinabi mo last time."

"Last time," sabi ni Camille, hinga nang malalim, "Wala pang nangyaring ganyan. Saka ako mismo nakakita ng ginagawa nila ni Joanna."

"Sana sinugod mo agad pagkakita mo."

"Ewan ko ba." Kinuha ni Camille ang baso ng softdrink at iniabot sa kanya. Uhaw na nilagok ito ni Jack—nun niya lang naramdaman na tuyo pala ang lalamunan niya. "Parang ako ang napahiya nang makita ko sila. Lumayo ako agad bago nila ako mapansin eh."

"Lesson learned," sabi na lang ni Jack, saka tumayo. "Uwi na ako. Hinahanap na ako sa amin."

"Gusto mo dito ka na mag-dinner?"

"Oo bah! Gusto mo dito na rin ako tumira e. Hakutin ko lang saglit ang mga damit ko!" Ngisi si Jack. "Sige na, bukas na lang ulit. Naka-isang good deed na ako today. Quota na ako. Bukas naman."

Sa may pintuan na nasabi ni Camille ang salitang "Salamat."

"Anong salamat?" lingon ni Jack. Gabi na, medyo malayo pa ang lalakarin nito, pero parang ayaw pa talaga nito umalis. "May bayad yun!"

"Anong bayad?" tanong ni Camille, kunot-noo.

"Kiss!" In-offer ni Jack ang nguso niya.

"Tse!" Sabay bagsak ng pinto sa mukha ni Jack. Narinig na lang ni Camille na nagtatawa si Jack sa labas, ang mga salitang "Joke lang. O sige bye na," na sinabi nito, ang mga

yabag palayo. Matagal nang wala si Jack ay nakasandal pa rin si Camille sa pinto, nalilito sa mga bagong nararamdaman. Bigla niyang naisip: *paano kung hindi talaga nagjo-joke si Jack? Kung serious talaga siya sa kiss?*
What if?

AWKWARD SANA KUNG NARITO SI BRETT. Paano nila paguusapan ang ma-aksyong nangyari nung nakaraang gabi? Buti na lang excused ang mokong—may isang linggo silang magpa-practice sa basketball. At dahil star player at team captain ng team, halos maghapong nasa gym si Brett kasama ang mga team mates.

Minsan nahuhuli ni Jack na napapasulyap si Camille sa bakanteng upuan ni Brett. Hindi na lang yun pinapansin ni Jack—hayaan mo siyang makapag-move on sa sariling niyang paraan.

Si Thea naman, tila panay ang pangungulit kay Jack. Bakante rin kasi ang katabing upuan ni Jack—may bulutong-tubig ang usual na nakaupo rito na si Ghayle, at malamang isang linggo pa rin itong absent—at madalas nakikiupo rito si Thea. Lagi itong may tanong: *ano ba ang meaning ng "conflagration"? Ano ba ang pinaka-paborito mong tula ni Elizabeth Barrett Browning? Sino ba talaga ang pumatay kay Lapu-lapu?*

Minsan, parang "loaded" na ang mga tanong ni Thea: *Jack, ano ba sa Tagalog ang "secret crush"? Paano mo malalaman kung may feelings sa iyo ang isang babae?*

Na sasagutin naman ni Jack nang paiwas, na madalas ay idadaan niya sa joke: *Eh di pag bigla na lang nanginginsay yung girl kapag ngumingiti yung guy, matinding senyales yun na may feelings yung girl.*

Kapag ganun na ang tema, magwa-walk out agad si Thea, lilipat ng upuan, ipaparamdam kay Jack na na-offend sya sa hindi nito pagtrato ng seryoso sa mga tanong niya. "Lagi ka na lang ganyan. Hindi ka na makausap nang matino," madalas na reklamo sa kanya ng dalaga. Pero panandalian lang yun—maya-maya, nariyan ulit ang dalaga, nagtatanong na naman. *Jack, ano ba ang type mo sa isang babae?*

"Ang type ko ay yung malaki ang mga braso saka malago ang bigote. Ang hot nun!"

Si Thea: sisimangot, Walk-out Queen.

Pero babalik ulit: *Jack, natikman mo na ba yung bago ng McDo? Yung McRib?*

"Hindi pa eh. Tatlong araw na nga akong hindi kumakain."

Si Thea: uusok ang ilong, Walk-out Queen.

Kapag recess o lunch, mas malaking problema. Dahil ngayon, kasabay na nila si Thea. Nakikihati pa ito sa baon ni Jack. "Ang sarap talaga ng pusa," madalas sasabihin nito habang nginunguya ang kalahati ng siopao ni Jack. "Sc*rrrrr*umptious!"

Ngingiti lang si Camille, makikisakay sa bagong sitwasyon, kahit lihim na napipikon. Si Jack, tila naiipit sa dalawang naguumpugang bato. Dati'y kahit si Mang Kiko na janitor ng school ay ayaw makisabay sa kanyang kumain. Ngayon dalawang naggagandahang girls ang nag-aagawan na makasama siya.

Sa ganun mauubos ang mga araw. Tumitindi rin kasi ang level of excitement ng buong school—papalapit na kasi ang Foundation Week, at ang lahat ay excited na sa mga palaro at kung anu-anong pakulo ng mga estudyante. As usual, maraming responsibilities si Camille—siya ang nakatoka sa pag-o-organize ng programme of activities— mula sa mga parlor games, special presentations ng bawat section, pati ang pagma-manage ng basketball tournament. Syempre, naka-assist lang si Jack—naroon lang siya lagi sa tabi. Kapag may kailangang gawin na nangangailangan ng computer-aided design, si Jack ang gumagawa nun. Hindi na siya masyadong tumututol—kung anong gusto ni Camille, yun na agad ang tinatapos nila. May kakaibang enthusiasm kasi si Camille, lalo na't kapag ang basketball tournament ang pag-uusapan. Kahit itanggi nito na may feelings pa rin siya kay Brett, lumalabas pa rin ang tutoo.

Kahit sa pinakamaliit na detalye, inuurirat ni Camille: kung ano ang pagkakasunod-sunod ng mga maglalabang basketball teams, kung anong oras at araw ang schedule ng mga laban (suspetsa ni Jack ay inaalam lang ni Camille kung ano ang schedule ng team ni Brett).

Biyernes ng hapon ay nagmadaling umuwi si Thea—hindi na sila hinintay. Ipinagkibit-balikat lang yun ni Jack. Medyo weird din kasi ang panahon—makulimlim, mukhang uulan nang matindi. *February na ngayon, bakit may ulan pa rin?*

Si Camille naman, parang wala sa sarili, parang may iniisip na malalim. "Nagmamadali ka na bang umuwi? Gusto mo tambay muna tayo dito sa school?"

"Sure," sabi ni Jack, tutal weekend naman. Ang inaalala lang niya ay kapag natuloy ang pag-ulan. Magmimistula silang basang sisiw nito pag nagkataon.

Niyaya siya ni Camille sa canteen: tig-isa sila ng Coke, treat ng dalaga. "Nakakapagod, ano?"

Inisip ni Jack na ang mga paghahanda sa Foundation Week ang tinutukoy ni Camille. "Oo nga e. Pero kung magiging successful naman, it's all worth it. Mapapasaya natin ang buong school."

Nakasimangot si Camille. "Hindi yun. I mean, si Thea. Bakit ba siya laging sumasama sa atin?"

Atin. May "atin" pala. "Ano naman ang masama dun? Okay naman si Thea ah. Kwela."

Hindi kumibo si Camille. Sunod-sunod ang lagok ng Coke, akala mo alak ang tinutungga nito. "Hindi ko siya gusto," biglang sabi nito.

Nagulat si Jack. Actually, alam na niyang may "friction"—nararamdaman niya yun—pero ngayong actual na sinasabi ito ni Camille, parang naninibago siya. "Ikaw naman. Ayaw mo ba nun? Di ba sabi nga, 'three is a crowd'. Masaya pag marami. At least, hindi na iisipin ng mga tao na may 'something' sa atin dahil tayo lang lagi ang magkasama."

Nakatitig lang si Camille sa mukha ni Jack. "So ganun?

Nahihiya ka na baka isipin ng mga tao na may 'something' sa atin?"

"Hindi naman yun ang—"

Biglang tayo si Camille. "Madali naman akong kausap. Kung gusto mo kayo na lang ang magsama."

Akmang aalis na padabog si Camille nang pigilan siya ni Jack. "Teka lang. Hindi yun ang ibig kong sabihin. Ang sinasabi ko lang, bakit di mo bigyan ng chance si Thea. Okay naman siyang kasama, di ba? She's funny."

Napaismid si Camille. "So ako hindi funny kaya bored ka na sa akin?"

Dyusko! Tini-twist ni Camille ang bawat sabihin niya! "Hindi nga yun ang—"

Hindi na natapos ni Jack ang sasabihin—dahil sa may entrada ng canteen, nakatayo si Brett, tila maamong tupa. Paglingon ni Camille, napasinghap din ito sa gulat. "Ano'ng ginagawa mo dito?"

"Pwede ba tayo mag-usap?" Napasulyap si Brett kay Jack. "I mean, yung tayo lang? Walang ibang tao?"

Walang ibang tao? Parang nag-init ang mukha ni Jack— *FYI, hindi siya "ibang tao!"* Pero hawak na ni Brett ang isang kamay ni Camille, at ang nakakainis pa, hindi yun binabawi ng dalaga.

"Ano pa ang paguusapan natin?" May pagtatampo sa boses ni Camille. "Tapos na sa atin ang lahat. Ayoko na. Magsama kayo ng Joanna na yun!"

"You don't understand!" Lalong lumapit si Brett sa dalaga. "Maling mali ang iniisip mo. If you can just give me a minute para magpaliwanag?"

Tinitigan ni Camille ang mga mata ni Brett, tila hinahanap dito ang katotohanan. Matagal siyang hindi nakapagsalita.

Nang lumingon sya kay Jack, wala na ang binata. Nakaalis na pala ito.

Alam na kasi ni Jack ang mangyayari—si Camille pa? Isang sorry lang ni Brett, okay na ulit ang lahat. Kaya minabuti na lang niyang talikuran ang nakaka-umay na eksena kaysa hintayin niya pang makitang lunukin lahat ni Camille ang nauna na niyang pangako sa sarili na hinding hindi na papansinin ang mokong na yun. Ang kaso, nagsimula nang umulan paglabas ni Jack ng canteen. Patalon-talon siya sa mga gilid ng buildings sa kakaiwas sa patak ng ulan. Matagal siyang nakatayo sa waiting shed. "Lalakas pa iyan," opinion ng matandang babaeng nagtitinda ng yosi dun. "Parang may bagyo, ano," dugtong pa nito. *Shet.* Kapag ang matandang tindera ng yosi ang nag-salita, maniwala ka na. Expert ito e. Isa pa, baka maabutan pa siya ni Camille at Brett dito sa waiting shed, hindi niya masisikmura yun. Baka magwala na siya kapag nakita pa niyang sweet na ulit ang dalawa sa isa't isa. Ibang level na ng awkward kapag silang tatlo pa ang mai-stranded dito sa waiting shed kakahintay na tumila ang ulan. Kaya nung kumidlat at kumulog ulit, huminga nang malalim si Jack, bago sinugod ang ragasa ng ulan. Sipon lang naman siguro ang mapapala niya dito. O kaya trangkaso. Okay lang yun, maliit na bagay, malayo sa bituka. Ang problema ay ang puso—ang maarte, tatanga-tanga at uma-aray na nyang puso.

6

HABANG SINASAGASA NI JACK ANG ULAN, naglalaro sa isip niya ang sarili niyang martyrdom. Nagkamaling naitapak nya ang isang paa sa isa palang malalim na kanal, ang na-imagine niya: si Camille, naglulupasay sa iyak habang pinipilit i-revive ang nalunod niyang katawan. Nang lalong lumakas ang buhos ng ulan, pakiramdam ni Jack naglalakad siya ng slow-motion, parang yung eksena sa lumang pelikula ni Kurosawa, yung The Seven Samurai. Na-imagine niya ulit: si Camille, hinahabol siya para mag-sorry sa lahat ng mga katangahan at kapalpakan nito, pero walang lingon-likod si Jack, patuloy lang na naglalakad ng slow-motion, patungo sa direksyon ng sunset. Dahil sa imagination ni Jack: tapos na siya kay Camille. Nakapag-move on na siya.

Pagdating ni Jack sa bahay, gulat na gulat ang Nanay

Rosing nya. Paano'y mukhang basang sisiw ang binata. "Bakit ka naman sumugod sa ulan?" bungad nito, alalang alala na binalutan ng tuyong tuwalya si Jack.

"Naku, Nay, kung naghintay ako na tumila ang ulan, aabutin na lang ako ng gabi dun. Baka ma-rape pa ang anak nyo."

Hindi natawa si Nanay Rosing sa pa-simpleng joke. "Nasaan ba si Camille? Hindi ba kayo nagsabay?"

Hindi nakasagot si Jack; feeling niya bigla siyang gininaw nang mabanggit ang pangalan ng dalaga. Hinigpitan niya ang pagkakahapit ng tuwalya sa katawan niya.

Napansin yun ni Nanay Rosing. "Mag-iinit ako ng tubig. Magbanlaw ka, dali. Baka magkasakit ka pa niyan."

Huli na, Nay, naisaloob ni Jack. *Masakit na.*

"Ano ang masakit? Nagsasalita ka na naman mag-isa diyan ha," sabi ni Nanay Rosing mula sa kusina. Noon lang na-realize ni Jack na nasabi niya pala yun out loud. "Baka nilalagnat ka na!"

"Hindi po," sagot ni Jack. "Hindi po ako tinatablan ng lagnat. Takot po sa akin ang mikrobyo. Ha ha ha!"

Sobrang fake ng tawa mo, dude.

Saka yabang lang yun. Dahil bandang madaling-araw, nangangatog na sa ginaw si Jack, nagdedeliryo na.

BUTI NA LANG MAY PAGKA-ALBULARYO SI NANAY ROSING. Alam nito kung ano'ng mga halamang gamot ang dapat itapal at ipainom kay Jack para mabilis na bumaba ang lagnat nito. Tanghali na kinabukasan nang mahimasmasan ang binata. Nang kaya na nyang umupo o dumilat nang hindi umiikot ang paligid nya, noon lang nya nakita na naka-ilang missed calls at texts na pala si Camille, hinahanap siya. "Pupunta ka ba sa school meeting natin? About the Foundation Week? OK ka lang ba?"

Natutuksong mag-reply si Jack, pero pinigilan niya ang sarili. Hindi pa siya OK. Ayaw niyang malaman ni Camille kung ano'ng nangyari sa kanya, dahil siguradong mag-aalala ito at hahangos ng dalaw dito sa bahay. Ayaw niya munang makita si Camille, dahil kapag andito ang dalaga, magkukuwento ito, at malamang mapunta na naman sa usapan sa kung ano na naman ang status ng relasyon nila ni Brett. Yun pa naman ang topic na gusto niyang iwasan— feeling niya lalo siyang magkakasakit kapag naiisip yun.

Lumitaw sa kuwarto si Nanay Rosing na may dalang pagkain. "Huwag ka muna bumangon. Baka mabinat ka niyan."

"Medyo OK na'ko, Nay."

"Huwag mo nga akong bolahin. Hindi ka pa OK. Kailangan mo ng mahaba-habang pahinga." Naupo sa gilid ng kama ang matanda. "Ang tigas kasi ng ulo mo. Hindi ka na bata. Alam mo na'ng hindi ka dapat sumugod sa ulan na yun."

"Tumawag ba sa landline si Camille?"

Kunot ang noo ng matanda. "Hindi naman. Bakit? Hindi ba nagte-text sayo?"

"Nagtext naman. Kapag tumawag sa iyo, Nay, sabihin nyo umalis ako, wala ako sa bahay."

"Aba! At tuturuan mo pa akong magsinungaling, bata ka."

"Ayaw ko kasi muna siyang makausap. Nai-stress ako."

"Ano ba kasi'ng nangyayari sa inyong dalawa?"

Yun nga eh, wala nga'ng "nangyayari" sa aming dalawa. "Wala naman po. Baka magpunta yun dito, nakakahiya, nangangamoy efficascent oil ako, para na akong matandang hukluban—ay, no offense, Nay ha!"

Napatawa na lang si Nanay Rosing.

"Saka baka kung anong balita ang dalhin nun sa akin tungkol sa school. Alam nyo namang puro projects ang inaatupag nun. Walang kapaguran. Lalo ako mabibinat nun."

Seryoso siyang tinitigan ng matanda. "Baka naman kasi—" umpisa nito, pero hindi na itinuloy. Napabuntong-hininga na lang. Hindi kahapon lang ipinanganak si Nanay Rosing—papunta pa lang si Jack, matagal na siyang nakabalik, 'ika nga. Matagal na niyang gustong kausapin ng

42

masinsinan si Jack tungkol sa buhay nito, pero lalaki ang anak niya—hindi niya alam kung paano niya sisimulan ang isang pag-uusap nang hindi magiging awkward para sa kanila. Mula kasi nang mamatay ang ama nito, lagi nang nakasubsob sa mga libro si Jack, laging nasa harap ng computer, kung anu-anong sinusulat at binu-butingting. Hinahayaan na lang niya dahil baka 'kako yun ang kailangan ng anak. Mukha namang libang na libang si Jack sa mga ginagawa niya. Isa pa, sabihin man ng iba na "modern" na ang kabataan ngayon at hindi na naiilang, pero iba sa bahay na ito: dito, may mga saloobin si Jack na kanya na lang, na hinuhulaan na lang ni Nanay Rosing. Tulad ngayon: may nangyari sigurong masama sa kanila ni Camille. Sa tutoo lang, hindi makapaniwala si Nanay Rosing na "kaibigan" lang ang turing ni Jack sa dalaga— sino naman ang hindi magkakagusto kay Camille, e napakagandang bata nun? Mabait, maalalahanin, at magalang pa. Hindi nga lang matanong ng matanda ang anak ng deretsahan—hinihintay niya pa rin na dumating ang panahon na mag-open up si Jack sa kanya.

"Kawawa naman yata si Camille kung hindi ko sasabihin sa kanya na may sakit ka at kung saan saan pa siya maghahanap? Paano kung kailangan ka niya?"

"Nay, tingnan mo nga ako—nasa situation ba ako ngayon na pwedeng makatulong sa kung ano man ang kailangan niya? May lagnat pa kaya ako—" sabay sapo ng palad sa noo niya—"ayan o, ang init. Kailangan ko ng uninterrupted bed rest."

"Ganito na lang," sabi ni Nanay Rosing. "Kapag hindi tumawag sa landline si Camille, swerte mo, walang iistorbo sa iyo. Pero kapag tumawag siya, hindi ako magsisinungaling ha. Sasabihin ko ang tutoo."

"Nay, naman—"

"Ayokong lokohin yung bata. Saka isa pa, ang arte arte mo. Lagnat lang, may 'uninterrupted bed rest' ka pang nalalaman. Akala ko ba hindi ka tinatablan ng mikrobyo? Malayo sa bituka kamo? O ayan ang napapala mo."

"E kasi nga Nay—"

Pero hindi na narinig ni Nanay Rosing ang sasabihin pa ni Jack. Nakalabas na ito ng kuwarto. Nang mapag-isa, tinitigan na lamang ni Jack ang kisame hanggang makatulog.

PANGALAWANG ARAW, WALA NA ANG LAGNAT NI JACK. Ikaw ba naman ang banatan ni Nanay Rosing ng TLC (tender, loving care) oras-oras. Syempre nakatulong na rin dun ang namumuong excitement sa puso niya. Sa magdamag na pag-iisip ni Jack, nakabuo siya ng mga importanteng desisyon na makakapagpabago ng kanyang buhay. Halimbawa, na-realize niya, bakit nga ba siya masyadong apektado sa one-sided relationship ni Camille kay Brett? Ano nga ba ang pakialam niya kay Camille? Sinabi na nga niyang hindi naman siya in love dito—medyo attracted lang siya, medyo gusto lang niya si Camille dahil masarap itong kasama. Emphasis on "medyo." Eh ano kung maganda si Camille at minsan para siyang nama-magnet tuwing ngumingiti ito? Eh ano kung kapag tinititigan siya ng dalaga, para siyang lalanggamin sa tamis at maiihi sa kilig? Alam niyang wala naman siya sa lugar kung saan pwede na niyang aminin na hopelessly in love na siya sa dalaga. Kaya niya ito, sabi niya sa sarili. Siguro hindi talaga bubukol kung hindi ukol, 'ika nga. Kaya simula bukas, pagpasok niya, ibang Jack na ang makikita ng madla: isang Jack na "cool," hindi apektado kahit makipaglambutsingan pa sa harap niya si Camille at Brett. And besides, andiyan naman si Thea—baka mas ma-in love pa siya dun. Tutal maganda rin si Thea, at mukhang type rin siya. Bukas, pagdating niya sa school, ita-trato niyang ordinaryong tao si Camille. Ang mahalaga ay ang long-term goals niya: ang makapagtapos ng pag-aaral at maging ubod ng yaman.

And speaking of long-term goals, kailangang tapusin na niya ang nasimulang Android app, yung EasySpy. Naa-atat na siyang i-upload ito sa Google Playstore at makita ang actual na sales performance nito. Feeling niya kasi marami ang bibili nito—andami kayang mga tao sa mundo na nagdududa sa mga ginagawa ng mga asawa o karelasyon nila. Pero bago niya maibenta, kailangan niya muna ng tinatawag na beta testing. Ang naiisip niya ay si Camille at Brett—pwedeng magamit ni Camille ang EasySpy para masiguro kung nagloloko nga ba si Brett o hindi. Sa parteng yun, medyo aminado si Jack na may personal siyang interes dito—gigil na gigil na kasi siya kay Brett. Ni hindi pa nga siya nakakaganti sa pagkakasapak nito sa kanya. Ang problema, papayag kaya si Camille na i-install ang EasySpy at makita ang katotohanan?

We'll cross the bridge when we get there, naisip ni Jack. Tapusin muna ang dapat tapusin.

Buti na lang at Linggo ngayon. Nasa mga kumare niya si Nanay Rosing, naglilibang sa bingo o kaya kung anuman yung pinagtsitsismisan nila. Kapag ganitong mag-isa lang siya sa bahay ay feeling ni Jack ang lahat ay posibleng mangyari, tila kahit ano kayang niyang gawin at tapusin. Nagtimpla ng kape habang hinihintay na magboot-up ang computer. Teka, mas maganda kung may "power music." Naghanap siya sa Music folder ng mga kanta na akma sa mood niya. Napili niya ang "Atat" ni Ron Henley: swak na swak itong pampagana.

Nasa mga huling stages na talaga si Jack ng programming. Actually, natapos na niya ang mga importanteng parte ng app niya, pampaganda na lang ang problema. Yung interface. Yung kung paano niya gagawing madali para sa user na gamitin ang EasySpy app—dapat hindi nakakalito ang controls, dapat intuitive. Dapat, hangga't maaari, isang pindot lang, alam na ng app niya ang gagawin. Ito ang paborito ni Jack—yung mga huling stages—dahil dito nakikita na niya ang future, ang bunga ng kanyang mga pinaghirapan. Tapos na ang madugong bahagi ng programming. Kaya nga sumasabay pa siya kay Ron Henley, pakanta-kanta ng:

Di na ko makapaghintay

45

Makatulog, managinip
Sakaling makaakbay
Sa may sulok, sa may gilid
Walang mga matang nagbabantay
Tara humiga ka sa aking tabi nang tayo ay magpantay

Medyo nasamid pa siya sa kape, pero tuloy pa rin ang kanta:

Sa mundong 'to terno tayo ng kulay
Magkasalungat sa tunay na buhay
Ikaw yung orig na nahalo sa ukay
Ako yung prutas na naakit sa gulay

At kahit gusto niyang iwasan, habang sumasabay siya sa kanta, ang naiisip niya ay si Camille. Nagkabalikan nga kaya sila ni Brett? Nagpakatanga na naman kaya ito? Kasi naman ay lumayas siya agad bago pa man dumating sa climax ang drama ni Brett. Malamang kung anu-ano na naman ang ipinangako nito. Sa tutoo lang, duda ni Jack ay kailangan lang talaga ni Brett si Camille para sa mga academics nito: yung mga math assignments, pati ang influence ni Camille sa buong campus. Kung may popularity contest, panalo agad si Camille—ang charm kasi ng dalaga ay abot hanggang sa mga teachers at school admin. At dahil bobo naman talaga si Brett, at idinadaan lang sa porma at pagiging athlete ang pagpasa sa mga aralin, kritikal nga naman sa success nito ang pagkapit kay Camille. Kita mo naman ang timing ng pagso-sorry niya: next week ay start na ng basketball tournament, at kailangan ni Brett na nasa panig niya ang dalaga. Isang "wild card" si Camille kapag hindi mo ito kakampi: di mo alam kung ano ang pwedeng magawa nito, lalo't nasa kanya ang halos lahat ng responsibilidad sa mga activities ng Foundation Week.

Pangalawang mug na niya ng kape nang magtext si Thea. "Hi!" lang. Hindi niya sinagot—baka mauwi sa tuloy-tuloy na usapan, mahihirapan siyang magfocus sa pagtapos sa EasySpy. Pero nang si Camille naman ang magtext ng "Buhay ka pa ba friend?" saka sinundan pa ng

"Magparamdam ka naman! Tsup Tsup mua!" muntik nang mag-text back si Jack—nasasabik siyang ikwento sa dalaga ang progress niya sa ginagawang Android app, ibalita na finishing touches na lang at bukas, Lunes, maipapakita na nya kung paano ito mag-work nang actual. Tiyak maraming pogi points na naman ito (pero sabay sabat naman ng isip niya: *bakit mo naman kailangan ng pogi points? Para saan? Eh hindi mo naman gustong maging girlfriend si Camille, di ba?*). Kahit na: masarap pa rin sa feeling na meron kang munting accomplishment, sa kabila ng mga hindi magandang nangyayari sa mga araw mo.

Buti na lang napigilan niya pa rin ang sarili na mag-respond. *Focus, Jack, focus.* Saka na muna iyang kalandian. May mga bagay sa mundo na mas importante kaysa sa pagtext ng "Eto buhay pa naman friend, nagkakape. Just chilling. LOL!"

Pang-apat na mug ng kape'y nai-upload na ni Jack sa Google Playstore ang app. Pagka-click niya sa Submit button, doon lang siya nahimasmasan: nun niya na-realize kung ano ang ibig sabihin ng nagawa niya. Kapag gumana ang app, at naging bestseller, malaking bagay ito. Hindi biro ang magiging success niya. Yung bukambibig niya dati na magiging ubod niya ng yaman—malamang biglang magkatutoo yun.

Madaling-araw na ay di pa rin makatulog si Jack. Naglalaro kasi sa isip niya kung ano ang pwede niyang bilhin kapag may one million dollars na siya. Ang unang una niyang gagawin kapag may ganun siyang pera: bigyan ng scholarship si Camille para makapag-aral ng English sa UK. Para pagbalik nito, straight na magsalita, hindi na bulol, may British accent pa. At siya naman, bibili ng rancho. Mag-aalaga ng mga baka at kabayo. Si Nanay Rosing, bibigyan niya ng pamasahe para makapag-world tour—kahit isama niya pa lahat ng mga kumare niya.

BWISET NA EXCITEMENT, HINDI NGA SIYA PINATULOG. Kahit na nung bandang alas-singko ng umaga'y umulan nang malakas at lumamig ang hangin. Tumitilaok na ang mga manok ay nakadilat pa rin si Jack, gising na gising ang diwa. Nang minsang napapikit siya at tila nananaginip, biglang kumakatok na sa pinto ng kuwarto si Nanay Rosing. "Oy, Jack, gising na! Male-late ka na!"

Isang zombie ang nakita niya sa reflection ng salamin. Isang zombie na nagsisipilyo, umiiling-iling, bumubulong-bulong ng, "Lagot ako nito kay Mrs. Santos."

Mukhang mamalasin nga talaga siya, dahil punuan rin ang mga jeep na dumadaan. At dahil umulan nung madaling-araw, basa ang kalsada, maputik sa ilang bahagi. Kung di ka mag-iingat ay pwede kang matalsikan ng dumi o kaya ay madulas. Puting puti pa naman ang uniform niya. Biglang parang tumalon ang puso niya pagtingin niya sa relo: sampung minuto na siyang late, at narito pa rin siya sa kanto nila.

Sa madaling-sabi, inabot ng halos isang oras na late si Jack. Mortal na kasalanan, sa standard ng school, lalo na ng teacher nilang si Mrs. Santos. *Kung kasabay ko lang sana si Camille*, naiisip ni Jack habang halos tinatakbo na ang daan patungong school, *malamang hindi ako pagagalitan ng teacher.* Isang joke, isang ngiti lang ni Camille, OK na. Sa may entrance ay naabutan niyang nagmo-mop ng basang sahig si Mang Kiko, ang janitor nila. "O, ang aga mo yata," pang-aasar pa nito, nakangisi.

"Mang Kiko, ang dulas naman ng sahig," sabi pa niya.

"Kaya nga huwag kang tumakbo para di ka madulas," sagot ng janitor, na sa school na tumanda at nagka-apo.

Nakalagpas na siya nang konti sa bahaging nalinis ng janitor nang may marinig siyang malakas, matinis na sigaw sa likod. Paglingon niya, tila sinakal ang puso ni Jack.

Si Camille, nadulas at nakasalampak sa sahig, nakasabog ang mga dalang gamit. Ang masama pa nito, sa anggulo ng pagkakadulas niya, hindi sinasadyang mabuyangyang ang palda ng dalaga. Kita ang pinakatago-tago nito. Kaya tulala si Jack—nakatayo lang siya dun na nakanganga.

Nagkataong sumaglit nun si Mang Kiko sa CR upang

banlawan ang mop at hindi nito nakita ang pangyayari.

Hangos na tumayo si Camille, inayos ang sarili, halata ang galit sa mukha. Pinagpag ang blouse, inayos ang pagkaka-lilis ng palda. Saka hinarap si Jack.

"MANYAK!" sigaw nito, saka nagdadabog na umalis, walang lingon-likod.

Naiwang tulala pa rin si Jack, tila natuklaw ng ahas. Dalawang bagay ang nasa isip niya: (1) *Sexy pala ni Camille ah*; at (2) *Talagang paborito pala nito ang Hello Kitty, kasi kahit sa...*

Hindi malaman ni Jack kung magi-guilty o kikiligin, pero di niya namamalayang napapangiti na pala siya.

Saka naman dumating si Mang Kiko na galing ng CR, nasa kamay pa rin ang mop, nakatitig sa mukha niya. "Baliw lang?" pambubuska nito. "Tumatawa mag-isa?" Iniwan siya ni Mang Kiko na iiling-iling.

Oo, naisip ni Jack. *Nababaliw na nga yata ako.*

Kumakabog ang dibdib, alanganing sinundan niya si Camille patungo sa classroom nila. Parang gusto ng mga paa niya na umatras na lang at umuwi. Kilala niya si Camille. Malaking giyera ito.

7

HIMALA: HINDI MAN LANG SIYA PINAGALITAN NI MRS. SANTOS. Siguro dahil late din si Camille—kapag ito kasi ang na-late, may matinding dahilan. Sobrang sipag kasi ni Camille pumasok—kahit bumabagyo at bumabaha, maaasahan mo itong sumulpot sa klase. Kaya pagkakita sa kanya ni Mrs. Santos, tumango tango lang ito, saka itinuloy and diskusyon.

Ilang beses niyang nahuhuli si Camille na pasulyap-sulyap sa kanya. Matalim ang titig nito, galit. Pinipilit itratong normal yun ni Jack. Dahil—teka nga—wala naman siyang kasalanan ah? Ano'ng magagawa niya e *captive audience* lang siya? Nakatayo lang siya dun, at sa bilis nga ng pangyayari, ni hindi na niya nagawang tulungan si Camille. Alangan namang magtatakbo siyang palayo para lang hindi ma-feel ni Camille na jina-"judge" niya ang suot na Hello Kitty panties nito? Saka wala naman talaga siyang malisya eh.

Wala nga ba?

Nung recess, hinihintay ni Jack na lumabas ng room si Camille. Plano niya sana'y makausap nang masinsinan ang kaibigan—este, *dating* kaibigan—at pagusapan ang nangyari *in private.* Hindi ganitong andito lahat ng mga alaskador nilang mga kaklase. Pero hindi tumatayo ng upuan niya si Camille—nakamukmok lang dun, kunwari'y nagbabasa ng libro. Maniniwala na sana si Jack na seryosong nagbabasa ito, pero libro nila sa English ang binabasa—yun pa naman ang subject na sobrang kinatatamaran ng dalaga. Pero nape-pressure si Jack na makausap si Camille—it's now or never, 'ika nga—dahil kapag pinatagal niya ito, lalo lang magiging awkward. Baka eventually hindi na talaga sila magpansinan. OK lang kung di na sila magiging magkaibigan, pero huwag naman sana na parang ni hindi sila magkakilala.

Alanganing lumapit si Jack. Sariwa pa kasi sa isip niya kung paano sobrang passionate na binigkas ni Camille ang salitang "MANYAK!" kanina lang. Tutoo kayang inisip ni Camille na may pagnanasa siya dito? Dahil kung ganun, lalo lang na dapat makausap niya ang dalaga.

"Camille?" Parang tuyong tuyo ang lalamunan ni Jack—halos ayaw lumabas ng boses niya. "Tungkol sa nangyari kanina…"

Hindi siya nililingon ni Camille; tuloy-tuloy lang na nagbabasa ito, akala mo wala si Jack sa tabi.

"Camille, ano ba? Yung nangyari kanina, hindi ko sinasadya yun."

Bato si Camille, isang rebulto.

"Ano ba?" Pikon na si Jack. "Hindi ako manyak!"

Dun gumuho ang pagpapanggap ni Camille. "Ah ganun ba? Eh bakit titig na titig ka sa panty ko?"

Pagkarinig ng salitang "panty," naglingunan ang mga usiserong mga kaklase, nakaamoy ng giyera. Naglapitan na akala mo'y naghihintay ng magandang palabas sa sine.

"What? Ano ini-expect mo? Nakabuyangyang sa harap

51

ko, natural napatingin ako."

"Iba ang 'napatingin' sa 'nakatitig.' Enjoy na enjoy ka eh!" Namumula sa galit ang mukha ni Camille. "Hindi mo na nga ako tinulungan. Tiningnan mo lang ako habang nakasalampak ako dun!"

"Enjoy na enjoy?" Sa puntong ito, nauubusan na ng sasabihin si Jack—inis na inis na rin kasi siya. Hindi naman talaga siya mananalo kay Camille pagdating sa pagtatalo—parang abugado ang dalaga, laging may come-back. Sa isang split-second, naisip ni Jack na umiba ng tactic. "Eh ano kung nakita ko yang panty mo? Gusto mo ipakita ko rin sayo ang brief ko? Para quits na tayo?"

Naghiyawan ang mga kaklase. "Pakita mo nga naman para patas!" kantiyaw nila.

"Ganun? Bastusan na lang?" Medyo nabubulol na rin ang dalaga. "Anong pakialam ko diyan sa brief mo? Na sinusulatan pa ng nanay mo ng 'Property of Jack Ramos' samantalang dadalawa lang naman kayo sa bahay nyo!"

"Hoy, huwag mong idadamay ang nanay ko ha!"

"Ikaw ang nagsimula! Manyak ka kasi! Hindi ka gentleman! Manyak!"

"Hindi ako manyak! Nabigla lang ako! Sino ba naman kasi mag-aakalang nagsusuot ka pa ng Hello Kitty panties? Ano ka, bata?"

"Hoy, hindi lang pambata ang Hello Kitty, ano? Maraming nagsusuot ng Hello Kitty dito." Sabay dakma ng palda ng katabi niyang si Marissa, biglang itinaas ang laylayan nito. "Ayan o! Hello Kitty din."

Napasigaw si Marissa sa pagkabigla. Hindi nga naman niya binigyan ng permisyon si Camille na ibandera ang suot niyang underwear.

May biglang sumigaw ng, "Dora the Explorer panty ni Marissa!" Sumabog ang tawanan. Nag-walk-out si Marissa sa inis, kasama ang mga tropa nito.

"Ano ka ba Camille? Nandamay ka pa," sabi ni Jack.

Saglit na hindi nakapagsalita si Camille, biglang na-realize ang ginawa niya. Pero mabilis ding bumalik ang galit sa mukha, saka hinarap ulit si Jack. "Hindi mangyayari yun kung ginawa mo ang tama."

"Ang kulit mo naman eh. Kasalanan ko ba na nadulas ka? Kasalanan ko ba na tatanga-tanga ka—"

BOOM!

Hindi nakapagsalita ang lahat. Si Jack, sapo ang pisngi na nasampal ni Camille. Kahit si Camille, nabigla sa nagawa niya; napatingin siya sa kamay niya na parang hindi sa kanya yun. Saka lang biglang bumalik ang ingay ng room nang mag-walk-out si Camille. Naiwan si Jack sa gitna ng sobrang excited na mga kaklase.

"Anong nangyari?"

"Bakit kayo nag-away?"

"Sinilipan mo ba si Camille, dude?"

Mga tanong na nakaka-irita lang sagutin. Kung bagay lang sana kay Jack na mag-walk-out din, ginawa na rin sana niya. Kaso saan rin ba sya pupunta? Napasalampak na lang siya sa upuan ni Camille, hinihimas ang masakit pa ring pisngi. Ang sarap naman ng Lunes ng umaga niya. At kung ang mga nakaraang lingo ang pagbabasehan, malamang isang lingong malas na naman ito. Ganito na lang ba lagi? Sa Biyernes na ang Prom. Ngayon pa lang hindi na siya aasa—sigurado na siyang miserable lang ang Prom Night niya.

HALF-DAY LANG TALAGA ANG KLASE. Hapon, naka-civilian na ang mga estudyante. Pero dahil nalimutan ni Jack na simula na pala ng Foundation Week, wala siyang dalang pampalit na damit. Siya lang ang naka-uniporme, samantalang ang lahat ay patalbugan ng porma—kahit si Camille, na lutang na lutang ang ganda sa suot nitong floral print na blouse. Hindi pa talaga simula ng mga palaro, pero naka-set-up na ang mga special booths. Malakas ang masayang tugtog na nanggagaling sa PA system. Feeling out of place si Jack. Naisip na lang niyang umuwi—tutal wala rin naman siyang gagawin dito, makikitanghod lang. Isa pa, medyo biglang lumiit ang mundo niya—iniiwasan na muna niyang makita o makasalubong si Camille. Kapag natatanaw niyang padating si Camille, umiiba siya ng direksyon. Pero nasa may gate na siya ng school nang masalubong si Thea.

"Saan ka pupunta?" tanong nito. Naka-pulang sleeveless si Thea, slim jeans. Nagulat si Jack sa "transformation" ni Thea—maganda pala talaga ito kapag naayusan.

"Uuwi na," sabi ni Jack. "Mukha akong tanga dito e."

"Sus eto naman, ang KJ mo. Tara," naka-angkla agad sa isang kamay niya ang dalaga. Kahit paano medyo tumaba ang puso ni Jack sa atensyon na ibinibigay ni Thea. "Nood tayo ng basketball game. Laban nila Brett ngayon, di ba? Bakit ka uuwi? Nasaan ba si Camille?"

Wala nga pala si Thea kanina nung nangyari ang eksena. "Di ko alam e," maang-maangan ni Jack. "Baka umuwi na."

"Imposible! Yun pa? Hindi nun palalagpasin ang laban ni Brett. Patay na patay kaya yun dun."

Aray. "Eh hindi ko nga nakita."

"Simple lang iyan," sabi ni Thea, hatak hatak na siya pabalik ng school. "Kung nasaan si Brett, nandun lang sa tabi-tabi si Camille." Sulyap sa relo: "Magsisimula na ang game! Tara!"

Walang nagawa si Jack kundi sumunod na lang. Wala siyang lakas para magpaliwanag pa. Walang alam si Thea sa nangyari kaninang umaga—hayaan mo na siya dun. *Ignorance is bliss.*

Dumadagundong na ang ingay sa gym. Ito pa naman ang pinaka-ayaw ni Jack, ang manood ng basketball game, lalo na kapag ang bida ay si Brett. Lalo lang niya kasi naaalala ang weakness niya: marunong naman siya mag-basketball, pero hindi siya ganun kagaling para mag-qualify na maging myembro ng team. Saka bakit nga naman siya manonood? Para ano? Wala naman siyang interes kung sino ang manalo sa labang ito. Pero dahil sobrang kilig ni Thea (*sino ba talaga crush nito?*), tahimik na lang si Jack.

Nakasiksik sila sa bandang gitna ng bleachers, malapit sa kampo ng kalaban nila Brett. Ang unang hinanap ng mga mata niya ay si Camille—malamang nakaupo yun kung saan malapit sa kampo nila Brett.

"Ayun si Camille," kalabit sa kanya ni Thea. Tama nga: naroon si Camille mismo sa tabi ng bench nila Brett. Nakaupo lang ito ng tahimik, minsan nangingiti, palinga-linga rin ito, parang may hinahanap. *Sino kaya ang hinahanap nito? Eh andun na sa harap niya si Brett?*

Tumunog ang buzzer, hudyat na simula na ng laban. Si Brett agad ang bida—naka-agaw agad ng bola, obvious na siya ang taga-dala ng mga split-second decisions ng team. Nang maka-shoot—first point sa team nila Brett—nayanig ang buong gym sa lakas ng tilian. Pero weird: hindi yata nakikigulo si Camille. Nakaupo lang ito, palinga-linga.

Tumayo si Thea. "Camille! Camille!" sigaw nito, kumaway-kaway para makuha ang atensyon ni Camille na nasa kabilang side ng gym. Weird ulit: nang makita sila ni Camille, parang sumimangot ito.

"Wala yata sa mood si Camille," napasalampak si Thea sa upuan. "Nakasimangot ba siya?"

"Baka may monthly period," sabi ni Jack.

"Baka nga," sabi ni Thea. "Sayang naman, hindi yata niya nae-enjoy ang laban."

Napatingin na lang si Jack kay Thea. *Hay naku, iha, kung alam mo lang.* Pinipilit rin basahin ni Jack ang expression ng mukha ni Camille kahit sa malayo—tinitingnan niya kung ano ang reaksyon nito tuwing nakaka-shoot si Brett o nakaka-agaw ng bola. Wala: dedma. Kaka-supalpal lang ni Brett sa kalaban, at naghiyawan ang mga kaklase nila, pero tahimik lang si Camille, hindi na nakangiti: nakatanaw lang yata sa kanila ni Thea.

Baka iniisip pa rin ang nangyari kanina, naisip ni Jack. Siguro nagi-guilty. *Dapat lang! Sinampal niya kaya ako, isinali pa ang nanay niya sa away.* Sa imagination ni Jack: aping-api siya, at dapat lang na maawa sa kanya ang buong mundo.

Umpisa ng third quarter ay bigla na lang tumayo si

Camille at umalis. Nakita yun ni Jack. Lumipas ang mga minuto'y walang Camille na bumalik. *Saan nagpunta yun? Baka lumipat lang ng upuan?* Nang humingi ng time-out ang kalaban, tumayo na rin si Jack. "CR lang ako," sabi niya kay Thea. Pero nilagpasan niya lang ang CR, dumire-diretso patungo sa canteen. Walang ibang tao dun kundi si Mang Kiko na nagkakape.

"Napadaan ba dito si Camille?"

"Mukha ba akong Lost and Found Department?" balik ni Mang Kiko, sabay ngisi. "Hindi, boy, e. Walang nagagawi dito."

Sa isip ni Jack, kasabay ng tanong na *saan pupunta yun?* ay ang isa pang tanong na *bakit mo ba hinahanap?*

Oo nga naman: bakit nga ba?

Ewan. Siguro gusto niya lang ng Part 2 ng confrontation nila kanina. Ang labo kasi—gusto niya lang linawin kung ano ba talaga. Hindi matanggap ni Jack na mali ang iniisip tungkol sa kanya ni Camille—OK, aminado siya, tutoo namang impressed siya sa nakita kay Camille. Pero hindi naman niya sinasadya yun.

Napalingon siya sa direksyon ng gym: dinig na dinig mula dito ang hiyawan, ang ingay ng mga nagkakagulong manonood. Tila biglang nakaramdam ng pagod si Jack. Hindi siya kasali dito. Hindi siya kasama sa saya na ito. Outsider siya. Kaya walang point para bumalik pa siya. OK lang naman siguro na iwan niya si Thea dun—marami naman yung kaibigan. Hindi nun mararamdaman na kawalan si Jack. *Makauwi na nga lang*, naisip niya. Masyadong nakaka-stress ang araw na ito. Lahat ng expectations niya nung umaga—ang excitement niya na ipakita kay Camille ang katatapos lang niyang Android app—nauwi lang sa wala. Di bale, meron pa namang bukas.

Naglalakad ay tila wala sa sarili si Jack, nakatitig lang siya sa mga paa nya. Mabigat ang loob niya na umalis. Pagdating niya sa waiting shed, ang matandang nagtitinda ng yosi agad ang nabuglawan niya. Nakangisi ito sa kanya—*ang putla ng gilagid ni Manang, kelangan ng iron supplement*—kaya sinuklian niya ng ngiti. Binibilang niya ang ilang barya na ibabayad sa binibiling chewing gum ay saka niya lang napansin ang isa pang taong nakatayo sa waiting shed, naghihintay din ng masasakyan: si Camille! Halatang nakita na siya nito: todo talikod kasi ito sa kanya, at mababasa sa mga kilos nito na atat na atat na itong makaalis dun. Binalatan ni Jack ang chewing gum; kalmadong nginuya-nguya ito. *Pwes, kung ayaw mo akong makita o makausap*, sa isip ni Jack, *ayaw ko na rin sa iyo.*

May humintong jeep sa harap nila—walang laman. Mabilis na sumakay si Camille. *Hindi naman kita hahabulin no*, sa isip ni Jack, *OA naman.* Tila invisible si Jack: hindi siya nito nakikita. *OK lang: ganito pala ang gusto mo ha.* Maghihintay na lang sana ng kasunod na jeep si Jack pero ayaw pa umalis ng jeep na ito. Lumingon ang tsuper: "Ano, boy? Sakay na! Baka maabutan ka pa ng ulan diyan!"

Hello? Antaas kaya ng araw!

Saka naman biglang kumulog. Napatingala tuloy bigla si Jack—makapal nga ang mga ulap kahit may araw pa. Baka ang ulan ay nasa likod lang ng mga ito. Baka nga naman umulan—kaka-galing lang niya sa sakit! Baka bumingo na siya! Nag-aalangan man, napilitan na ring sumampa sa jeep si Jack. Iwas-iwas na lang kay Camille. Sa tutoo lang, pareho silang dapat manalo ng BEST ACTING AWARD: aba ang Camille halos mababali na ang leeg sa kakaiwas mapalingon sa likod kung saan nakaupo si Jack. Huwag lang talaga siyang makita! Pero OK na rin yun—kung si Camille na ang umiiwas, hayaan na lang. Ang kaso kailangan niyang magbayad—at dahil nasa likod siya, kailangan niyang iabot kay Camille ang pasahe niya.

"Manong, bayad po o," sigaw ni Jack, na mas directed kay Camille kaysa sa tsuper. Hindi tumitinag si Camille; kunwari'y nakatingin sa labas, bingi-bingihan. "Manong, bayad!"

Inaabot ng kamay ng tsuper ang bayad ni Jack, pero kulang. "Pakiabot nga o," sabi ng tsuper, directed sa nag-iisang nakaupo sa likod niya. Si Camille, nagmamatigas pa rin, bingi-bingihan.

And the BEST ACTRESS AWARD goes to…

"Miss, pakiabot nga." Medyo inis na ang tsuper, nangangalay na. Si Jack ay ganun din. Sa pagitan nila ay si Totoy Bato, este, si Camille. "Pakiabot lang."

Dun tila nagising si Camille. Kinuha ang pasahe kay Jack sabay parang nandidiring iniabot agad yun sa naghihintay na palad ng tsuper. Akala mo mapapaso sya sa pagkuha ng pasahe kay Jack. "Abot abot din, Miss, pag may time ha," sabi ng tsuper, iritado pa rin. Hindi kumibo si Camille—balik sa seryosong pag-i-ignore kay Jack.

"Thank you ha," sabi ni Jack, pero hindi na siya nag-expect na sagutin. Umusod na lang siya sa dulong-dulo, sa parteng pinakamalayo sa dalaga. Maya't maya ay pasulyap sulyap siya sa dalaga, pero matatag ito: ni minsan ay hindi lumingon sa kanya. Mauunang bumaba si Jack, at alam yun ni Camille. *Pwede ka nang mag-relax*, isip ni Jack, *tigilan mo na ang pagpapanggap*.

"Mama, para na po sa tabi," sabi ni Jack. Sa huling sandali'y naisip niyang mang-asar. "Bye, Cam! Hindi ako manyak ha," biglang sabi niya bago bumaba; hindi na niya hinintay makaganti ang dalaga. Paglingon niya, nakita niyang nakatingin sa kanya si Camille. Papalayo ang jeep ay nakatanaw pa rin ito sa kanya. *Isang text mo lang, kakalimutan ko lahat ang mga away natin*, naisaloob ni Jack. *Isang text lang.*

Hindi makatulog si Jack nang gabing yun. Panay kasi ang check niya sa phone. Parang laging feeling niya magtetext na si Camille anumang sandali, na bigla na lang kakanta ng "All of Me" ang phone niya. Malalim na ang gabi ay biglang tumunog ang phone ni Jack, pero hindi si Camille, kundi si Thea. "Hi. Can't sleep," text nito. *Pareho lang tayo*, naisaloob ni Jack, pero hindi na siya nagreply. Siguro talagang it is best to leave things unsaid.

8

PAHAMAK ANG TEXT NI THEA, DAHIL LALO lang idiniin nun ang fact na *hindi nagtetext si Camille.* Lalong hindi makatulog si Jack. Paikot-ikot lang siya sa higaan. Hindi maalis sa isip niya ang huling beses na nakita niya si Camille: kaninang hapon sa papalayong jeep, malayo na ito ay nakatanaw lang sa kanya. Ano'ng ibig sabihin nun? Hindi niya maiwasang malungkot—ano na ba ang nangyayari? Ambilis yata. Kaninang umaga lang iba pa ang mundo niya—kaibigan niya pa si Camille, hindi pa ganito kasikip ang ginagalawan niya. Ngayon ang babaeng lagi niyang kakwentuhan kahit ng mga pinaka-intimate at nakakahiyang mga bagay, ni hindi siya kinikibo kahit nakasabay na sa jeep. Kung kailan pa naman malapit na ang Prom Night.

Kasabay ng mga susurot-surot na alalahanin sa isipan ni

Jack ay ang biglang pagkalam ng kanyang sikmura. Noon niya lang naalala na hindi nga pala siya naghapunan. Pagdating niya kanina, dumiretso lang siya sa kuwarto. Nung kinatok siya ni Nanay Rosing, hindi pa rin siya lumabas. "Mamaya na lang ako kain, Nay. Pahinga lang ako."

Ngayon tuloy, wala na siyang pagkaing nadatnan sa kusina. Sa sahig ay mga natirang tinik ng tinapang bangus na ulam nila, nakakalat ang plato—ebidensya na ninakawan na naman sila ni Muning, ang pusa ng kapitbahay na paboritong mang-arbor ng tsibog sa kanila. Magngitngit man siya ay huli na. *A-arte-arte ka pa kasi, feeling artista lang.* Noon niya naisip na siguro deserved niya rin ngayong gabi na i-treat ang sarili—tutal medyo grabe ang pinagdaanan niya sa maghapon. Bukas pa naman ang fastfood sa may bayan, pwede niyang lakarin. Isinuot na lang ni Jack ang lumang rubber shoes saka lumabas ng bahay. Hindi na siya nagdala ng payong—bakit ba lagi na lang wrong timing ang ulan at ambon?—idinaan na lang niya sa bilis ng paglakad, pilit ibinabaling ang isip sa kasalukuyan. Pero makulit ang isip niya—o ang puso kaya?—dahil paulit-ulit lang niyang binabalikan ang eksena nung hapon: si Camille, malungkot na nakatanaw sa kanya habang papalayo ang jeep.

BUONG GABI AY NAKATITIG LANG SI CAMILLE sa mukha ni Brett. Kanina pa nito ibinibida ang bawat "winning moves" niya sa basketball game nung hapon na yun. Dapat ay masaya siya: hindi ba ito ang gusto niya, ang matagal na niyang pangarap? Pero parang may mali, may kulang. Tila wala sa sarili na kinukutaw niya ng plastic na kutsarita ang natunaw na niyang chocolate ice cream sundae. Maya't maya'y lihim niyang tinitingnan ang kanyang cell phone: walang text.

Hindi nagtetext ang bwiset na Jack.

"Kung nandun ka lang, you should have seen my three-point shot," pagbibida ni Brett, panay muwestra pa ng mga kamay nito. "It was so awesome, Cam! Last ten seconds, lamang sila ng two points. *Imagine* nanalo pa kami!"

In-imagine nga ni Camille—si Brett dini-dribble ang bola, um-anggulo, nalusutan ang dalawang guards, ibinato ang bola, pasok sa ring, swabe; dagundong ang buong gym sa excitement—kasi nga wala siya dun nung nangyari ang ikinukuwento ni Brett. Nasa jeep na kasi siya nun at kasalukuyang tumatanggap ng BEST ACTRESS AWARD, este, ini-ignore ang mga pa-cute ni Jack. Naiinis siya dito— ini-stalk ba siya ng mokong na yun? Bakit bigla na lang naroon yun sa waiting shed kung kelan pauwi na din siya? Masakit kasi ang ulo niya—sakit na nagmula pa nung nadulas siya sa pasilyo nung umaga, nung makita ni Jack ang pinakatago-tago niya. Wala naman talaga siyang dapat ikahiya—eh ano kung nakita ni Jack ang lahat ng yun? Maganda naman siya, *flawless*. Amputi kaya ng legs niya! Masisisi niya ba si Jack kung nalaglag ang panga nito pagkakita sa kanyang pang-Miss Universe na itinatagong alindog? At saka naiintindihan niya kung bakit natulala si Jack sa nakita—hindi nito siguro sukat-akalain na sa ilalim ng pagiging brusko ni Camille, "babaeng babae" pala siya. Ang di lang matanggap ni Camille ay ininsulto ni Jack ang underwear choice niya—anong masama sa Hello Kitty? Eh si Jack nga pa-Hanford Hanford pa, obvious na fake naman. Madalas nga niyang makita ang kulubot na rubber garter ng underwear ni Jack kapag nagtataas ito ng kamay, lihim siyang natatawa sa ka-cheap-an ng binata, pero ni minsan ba ay inasar niya ito? HINDI. Dahil FRIENDS sila. Kaya yung ginawa nito kanina—kung paano kinwestyon ni Jack ang underwear choice niya, hindi na nga siya tinulungang itayo mula sa pagkakalugmok— *napaka!* Akala mo kung sino! At nung ipina-paabot sa kanya ang pasahe kanina sa jeep, nung sabihin niyang, "Miss pakiabot nga," masyadong feelingero! Hindi naman kagwapuhan!

Kaya nung makababa na si Jack, sinundan niya ito ng tanaw. *Madapa ka sana! Madapa ka sana!* Paulit ulit niyang hiniling mentally. Kaso hindi nadapa si Jack, lumingon pa nga ito sa kanya, nakatayo lang ito dun sa kanto na akala mo nagpapa-awa.

Hinding-hindi ako maaawa sa kanya! Hindi ko siya papansinin! Sumpa ni Camille.

"Sinong hindi mo papansinin?" biglang singit ni Brett, napahinto sa pagkagat sa cheeseburger nito.

Ooops! "Ha? Ah, eh, wala. Yung mga tinalo nyo, ang yayabang pa naman ng mga yun, huwag mo na yun pansinin."

Napatawa si Brett. "Babe, hindi pwede yun. Sport lang. Yung iba dun friends ko since grade school pa."

"Ah OK."

"Siyangapala, yung iniwan ni Ma'am Santos na assignment, yung ipapasa natin after ng Foundation Week? Kaya mo kayang gawin yun?"

"Oo naman," sabi ni Camille, nakangiti pa.

"Sure ka? Ang dami mo pa namang responsibilities. Ikaw pa nagma-manage ng basketball tournament. Pati awarding ng prizes sa Thursday. Tapos yung Prom Night pa. Baka hindi mo na kayang gawin yung assignment ko, babe?"

"Kayang kaya ko yun," sabi ni Camille. "Ako pa? Basta para sa iyo, madali lang yun."

Malambing na kinurot ni Brett ang pisngi ni Camille. "Kaya love na love kita eh. You're the best girlfriend in the world, Cam."

"Love you, too," balik ni Camille. Saka biglang parang natuklaw ng ahas ni Camille. "Bwiset talaga," naibulong niya.

"Sinong buwiset?" Tanong ni Brett.

"Ah, w-wala. Wala." Pilit na ngumiti ang dalaga. "May naalala lang akong bwiset kanina. Pero huwag na natin pag-usapan."

HINDI NAALALA, KUNDI NAKITA KASI NI CAMILLE si Jack sa may entrance ng fastfood. Papasok ito. Huli na nang makita sila ni Jack—nakapasok na ito at nakapila sa counter. Halatang nag-alangan ito at nag-isip mag-*about face* at bumalik sa kweba na pinanggalingan niya.

Shet, naisaloob ni Jack. Bakit naman kasi walang ibang 24-hour fastfood sa impyernong lugar na ito? Pero dahil andun na, walang magawa si Jack kundi magpanggap na hindi niya nakita sila Camille. *Relax. Cool,* bulong niya sa sarili niya. *You're an island unto yourself. Relax. You will enjoy your meal. Treat mo ito sa sarili mo.*

Kung sana'y ganun nga lang kadaling utuin ang sarili. Ngayon kasi ay sobrang awkward ng pakiramdam niya. Hindi siya mapalagay. Kahit anong pilit niyang magmukhang cool lang, feeling niya nasa gitna siya ng entablado, at daan-daang tao—nasa front row pa si Camille—ang nanonood at hinuhusgahan ang lahat tungkol sa kanya: ang rubber shoes niya, ang nalimutan-niyang-suklayin na buhok, ang lumang t-shirt na pantulog na sana na may butas pa sa bandang kili-kili (*Huwag na huwag mong itataas ang kamay mo*, reminder ni Jack sa sarili). Nang makarating na siya sa unahan ng pila at tinanong siya ng nakangiting kahera, biglang nawala sa isip ni Jack kung nasaan siya, nasa anong planeta ba siya, at anong ginagawa niya dito.

"May I take your order, Sir?" Nakangiti, pero halatang medyo naiinip ang kahera.

"Ha? Ah, eh." Tingala sa listahan ng mga set meals sa itaas ng counter. Muntik na siyang umatras: bigla kasi'y parang nawalan siya ng gana. "Ah, burger, Miss. One burger meal."

"Would you want to upsize your drink, Sir?"

"Tubig."

"What, Sir?"

"Tubig na lang."

"Kasama na po ang drink sa burger meal, Sir. One regular softdrink of your choice. Would you like to upsize it?"

Napalingon si Jack sa mesa nila Camille; nakatingin ito sa kanya. "Sige, upsize mo lahat," sabi na lang ni Jack. Nagulat siya sa siningil sa kanya ng kahera—in-upsize kasi nito pati ang French fries.

Sa malayong sulok naupo si Jack, pero dun pa rin sa anggulong kita niya pa rin si Camille nang hindi siya mapapansin ni Brett. Nakasimangot ang dalaga, parang walang gana o inaantok na. Pinilit na lang ni Jack ang sarili na kainin ang binili kahit parang naduduwal siya. Parang excited si Brett sa ikinukwento kay Camille. Malamang tungkol sa basketball. Maya-maya pa ay may kinuha si Brett mula sa dalang back-pack nito—ilang pages ng papel. Na-recognize agad yun ni Jack. Napailing siya. Ilang sandaling nag-atubili. Pero kinuha niya pa rin ang cellphone sa bulsa at nag-type.

"Be sure na walang mali ang math assignment ng boyfriend mo ha. Kasi baka malaman pa nila na bobo iyan. LOL!"

Saka sinend kay Camille.

Kitang kita ni Jack na kunot-noong binasa ni Camille ang cellphone nito. Hindi maipinta ang mukha ng dalaga habang gigil na pumipindot sa phone nito.

"Wapakels!" text ni Camille. "Tanggap ko kung ano ang weakness ng boyfriend ko no! Hindi tulad ng iba dyan, ubod ng yabang akala mo naman nasa kanya na ang lahat!"

Wala sa akin ang lahat dahil wala ka naman sa akin, muntik nang maisagot ni Jack. Pero bumuwelo siya. Sawsaw ng fries sa ketchup, ngumuya. Bumuntong-hininga. "You mean, tanggap mo na ang weakness ng boyfriend mo ay si Joanna at iba pang magagandang girls sa school?"

Nang tumunog ang phone ni Camille, binato siya ng dalaga ng matalim na titig. Walang kamalay-malay si Brett na nasa tabi nito, patuloy lang na nagkukuwento. "Ang kapal naman ng mukha mo na i-accuse si Brett! Wala ka naming napapatunayan. Sinungaling!" Saka sinundan pa ng: "At bakit, malandi naman ang Thea mo ah!"

Laglag ang panga ni Jack. *Wow, napasubo yata ako. Nagising ang tigre*. Change tactic. "LOL. Haha sorry, pero hindi malandi si Thea. At alam mo iyan. Di bale, i-enjoy mo lang ang relasyon mo sa Brett na iyan. Tutal bagay

naman kayo. Isang bobong tanga at isang nagtatanga-
tangahan."

Agad na pinagsisihan ni Jack ang pinadalang text
message kay Camille, pero huli na—napindot na niya ang
Send button. Halos hindi makatingin si Jack sa direksyon
ng mesa nila Camille. Pulang pula na ang mukha ng dalaga.
In-expect ni Jack na susugod sa kanya si Camille. Hindi
ugali ni Camille na umatras sa laban—alam yun ni Jack.
Kaya halos nabubulunan si Jack habang nginunguya ang
burger niya.

"Bagay rin kayo ni Thea. Isang pokpok at isang
manyak!" sigaw ng text ni Camille.

Aray. Pero teka: hindi sila bagay ni Thea dahil hindi
kanya si Thea. Nawala sa loob niya na kontrahin yun!
Napatingin si Jack sa direksyon ng mesa ni Camille:
nakangiti at tatawa-tawang nakikipagkwentuhan ang dalaga
kay Brett. Alam ni Jack na panggap lang yun, na deep
inside, pikon na pikon ang dalaga sa kanya.

Dalawa ang pwedeng pagpilian ni Jack: ang tumigil na
lang at hayaan si Camille na isiping panalo siya, o humirit
pa ng isa. Pero lalong nilalakasan ni Camille ang pagtawa,
parang si Kris Aquino kapag pinag-uusapan ang kanyang
favorite things, kaya sa inis ni Jack, nag-decide siya na
humirit pa. Pero buwelo muna. Nguya ng fries. Inom ng
softdrink dahil parang mabubulunan siya. Medyo alam na
niya ang takbo ng pagtatalo nila, na siya naman kasi ang
nagsimula. Kapag tinext niya na "Hindi malandi si Thea,"
lalo lang ipipilit ni Camille na malandi ito, at kung anu-ano
pa. Dahil malalagay sa isang defensive position si Jack,
mapupunta kay Thea ang focus, hindi kay Brett. Hindi
dapat mawala si Brett sa usapan dahil sensitive dun si
Camille—habang napipikon ito, lalong nawawala sa ayos
ang takbo ng isip nito. Yun lang ang problema: yun ba ang
gusto ni Jack, ang itulak sa sobrang galit si Camille? Gusto
niya ba talaga ng isang nakahihiyang eksena dito sa nag-
iisang 24-hour fastfood sa bayan? Baka ma-ban siya dito
kapag nangyari yun?

Isip-isip. Nguya ng burger. Tingin sa labas: nagsimula na ngang umambon. Ngayon nakaramdam ng pagsisisi si Jack: sana nagdala siya ng payong! Baka mamaya, lumakas ito at maging tutoong ulan. Lagot na naman siya.

Pero wag muna yun ang isipin mo, paalala niya sa sarili. Anong itetext mo? Anong magandang pang-last text? Wala siyang maisip—bawat maisip niya ay tiyak na ikakagalit lang lalo ng dalaga. Kaya sa huli'y isa lang ang naisagot ni Jack: isang smiley.

Nakita niyang binasa ni Camille ang message. Napataas ang kilay nito. Pero hindi na sumagot. Tinanong kasi ni Brett na, "Sino ka-text mo?"

"Si Mama," sagot ni Camille. "Pinapauwi na ako."

"Oo nga, late na." Tumayo na si Brett. "Let's go."

Parang alanganing tumayo ang dalaga, pero wala na rin itong nagawa. Sa may pinto, tinapunan pa niya si Jack ng isang matalim na titig. *Mamatay ka sa inggit*, tila sabi ng titig ni Camille, ng pag-irap nito.

Nang makasakay na si Camille at Brett, saka naman biglang bumuhos ang ulan. *Shet*. Alam niyang alam ni Camille na trapped siya dito sa fastfood, kaya malamang tuwang tuwa yun. Feeling nun nakaganti na siya. Pero halos ubos na ang inorder niyang pagkain. Awkward naman na nakaupo siya dito sa mesa na parang nakatambay lang at hindi kumakain. Kaya nung hindi na makatiis, mabigat ang loob na bumalik sa pila si Jack. Pagdating sa counter, yun ulit ang kahera, nakangiti ulit ito kahit halatang hapo na. "Welcome back, Sir—" *parang loaded ang tanong nito ah*, duda ni Jack, *nang-aasar ba ito?*—"May I take your order, Sir?"

"One burger meal," sabi ni Jack. "I-upsize mo lahat."

9

BUTI NA LANG WALA NAMAN TALAGANG KLASE, kaya kahit tanghaliin na si Jack, wala siyang guilt na nararamdaman habang nakahilata pa siya sa kama. Puro fun and games lang naman ang maabutan niya sa school—fun and games na hindi naman talaga siya kasali. Siguro kung ka-close niya pa rin si Camille, damay siya sa saya nito—malamang isabak siya nito sa wedding booth at kissing booth at kung anu-ano pang booths na nakakalat ngayon sa campus. Si Camille ang taga-tulak sa kanya na makipag-socialize—at dahil vice president siya nito, wala siyang choice—kaya ngayong "break" na sila, mag-isa na ulit siya. Alam na ni Jack ang mapapala niya sa school: magmumukhang tanga lang siya.

Nasa dulo ng kanyang huling panaginip si Jack nang tumunog ang cellphone. Napaigtad tuloy siya sa gulat. Ang unang naisip niya ay si Camille—baka nakikipagbati—kaya disappointed siya nang mabasa na ang text ay galing kay Thea. "Anong isusuot mo mamaya sa school?"

Napakunot-noo si Jack. Bakit naman interesado si Thea na malaman pa ang isusuot niya? "Magbabahag ako."

"Kainis ka naman," balik ng text ni Thea. "Seryosong tanong. Wag mo sabihing magususuot ka na naman ng uniform. Dali ano kulay ng isusuot mo?"

Ang aga-aga ay sumasakit na agad ang ulo ni Jack. Ang pangungulit na ganito ni Thea ang isa sa mga bagay na ayaw niyang harapin kapag ganitong umaga at kulang ang tulog niya. "Red t-shirt lang ako," sabi na lang ni Jack, wala talagang intensyon na magsuot ng red.

"Yun lang? Hindi ka magpapantalon? Pulang t-shirt tapos underwear? Don't tell me Hello Kitty din favorite mo." Saka sinundan ng sandamakmak na naglulupasay sa katatawa na smileys.

Natawa si Jack—obvious na may nakapagkuwento na kay Thea ng nangyari kahapon. At dahil dun, feeling niya di na niya dapat patulan pa ang pangti-tease nito. Binuksan niya ang bintana—tanghali na nga. Kahit nahihilo pa'y pinilit ni Jack na gawin na lang ang dapat gawin. *Stop overthinking*, utos niya sa sarili. Naligo. Kinain ang itinabing pagkain para sa kanya ni Nanay Rosing (maaga pa lang ay nasa pwesto na ito sa palengke, nagtitinda ng mga kung anu-anong prutas). Nung naghahanap na siya ng isusuot, noon niya lang nakita na wala pala siyang gaanong choices—halos lahat ay nasa labahin na. Ang nakita niya lang ay isang lumang puting Hanes t-shirt at isang pulang Transformers t-shirt, yung may logo ng Decepticons sa dibdib. *Masyado naman kasing nagmamakaawa ng atensyon ito*, naisip niya habang sinisipat ang pulang t-shirt. Naalala niya bigla si Thea—pulang t-shirt nga pala ang nasabi niya dun na isusuot. Kibit-balikat na lang si Jack—*what's the big deal?* E di isuot kung isusuot.

Ang kaso habang naglalakad papuntang labasan si Jack suot ang pulang Transformers na t-shirt—cool sana at bibilib ka kung fan ka ni Michael Bay at ng mga robots na ito—puro pang-aasar ang inabot niya. Ang mga tao kasi sa kanila, hindi kilala si Michael Bay at ang Transformers, at ang alam lang sa buhay ay batiin ka ng "Happy Valentines!" kapag naka-pula ka at "Merry Christmas!" kapag green naman ang suot mo. Kaya sa hinaba-haba ng paglalakad niya at sa dami ng tambay na nadaanan, hulaan mo kung naka-ilang "Happy Valentines!" ang tinanggap nya.

Pagdating niya sa school, sa may entrance pa lang ay natanaw na niya agad si Thea. Nakangiti ito, nakasuot rin ng pulang blouse.

"Happy Valentines!" bati nito sa kanya, sabay hawak sa kamay niya. Napalinga siya sa paligid—andami rin kasing mga nakasuot ng pula. "In advance!"

"Ha?" Nalilito pa rin si Jack.

"Sa isang araw na ang Valentine's Day, ano ka ba?" sabi ni Thea.

Oo nga pala! At karugtong nun: *Prom Night na.*

Prom Night na, ulit ng isip ni Jack. Naalala niya kasi si Camille. Hawak niya ang kamay ni Thea ay parang nakaramdam siya ng panlalamig. Hindi kasi ito ang kamay na gusto niyang hawak pagdating ng Prom Night. Papasok sila sa school ay parang gustong mahilo ni Jack—ang gulo, ang ingay kasi ng buong campus. Kasing-gulo at ingay ng nadarama na ng kanyang puso—mga bagay na hanggang ngayon ay di niya kayang aminin. Parang sasabog na ang dibdib niya.

"Thea," sabi niya bigla, hatak-hatak ang kamay ng dalaga. "May sasabihin ako sa iyo. Mag-usap tayo."

"Saan?"

"Dito lang," sabi ni Jack, hawak ang kamay ni Thea papuntang botanical garden.

NAUUBUSAN NA NG PASENSIYA SI CAMILLE. Malapit na siyang sumabog. Hindi kasi sumipot si Marissa, na dapat sana ay "host" ng kissing booth. Ibig sabihin ng host ay ikaw ang hahalikan ng mga taong magbabayad at pipila sa kissing booth. Nung isang araw ay game na game si Marissa—may pangarap yata itong maging prostitute balang-araw—at siya pa ang nagprisinta na tatao sa kissing booth. Wala daw siyang pakialam kung boy o girl ang ki-kiss sa kanya. Basta para sa charity—para kasi sa barangay feeding program ang kikitain ng mga booths—game siya. Ngayon namumuti na ang mga mata ni Camille ay wala pa rin si Marissa. May suspetsa siyang dahil ito sa nangyari kahapon—bakit naman kasi bigla niyang idinamay si Marissa sa away nila ni Jack, nabuko tuloy na Dora the Explorer pala ang paboritong panties ni Marissa. Wala namang masama dun kung naibulgar yun sa isang normal na context—kaso nasa gitna sila ng asaran at panlalait na may kinalaman sa underwear, kaya syempre hindi kinaya ni Marissa ang pang-aasar sa kanya ng mga kaklase.

"Tinext mo na ba?" tanong ni Camille kay Analyn, ang class auditor nila.

"Kanina pa nga e. Hindi nagre-reply," sabi ni Analyn.

"Tawagan mo na kaya?"

"Naku, wala akong load! Hindi ako unli!"

Lalong umusok ang tenga ni Camille—siya rin walang load. Dahil sa Foundation Week at sa dami ng mga tao, naubusan yata ng mga cellphone load ang mga tindahan sa paligid ng school. Bakit kasi hindi niya naalalang magpaload kanina sa malapit sa bahay nila.

"Kapag hindi sumipot si Marissa, pwede ba ikaw na lang ang host nitong booth?" Hindi talaga tanong yun kundi utos.

"Ngeee!" with matching Jimmy Santos reaction pa si Analyn. "Hello? Ako magpapahalik sa kung kani-kanino? Huwag na oy!"

"For charity naman ito eh."

"Eh bakit ikaw? Ikaw na lang! Tutal idea nyo iyan!"

Kung hindi lang talaga krimen na manakal ng kaklase, kanina pa niya ginawa. Pero hindi uubra ang violence dito, naisip ni Camille. Dapat diplomasya. "Analyn, sige na.

Tulungan mo ako. Ikaw lang ang pwedeng mag-host nitong booth. Ikaw kaya ang *pinakamaganda* sa buong classroom natin!"

Narinig ang salitang "pinakamaganda," biglang nagliwanag ang mukha ni Analyn, pumalakpak ang tenga. "Talaga?"

"Oo!" Todo hard-sell na si Camille. "Kaya nga ikaw ang una kong tinanong eh."

Napakunot-noo si Analyn. Tila gusto nitong sabihin, *Eh kaya mo lang ako tinanong kasi ako ang nakatayo dito at wala nang iba.* Parang nag-isip ito. "Sige, payag ako. Pero sa isang kundisyon."

Si Camille naman ang napakunot-noo. "Anong kundisyon?"

"Payag ako mag-host basta hati tayo. Ako ngayon, tapos ikaw naman mamaya. Para hindi naman mabugbog ang mga labi ko 'no."

Ang arte, akala mo naman kagandahan, ngitngit ni Camille. Pero ang nasabi na lang niya ay, "Sige. Game ako diyan. Hati tayo."

MATAGAL NA HINDI NAKAKIBO SI THEA matapos ikuwento ni Jack ang lahat. As in LAHAT: mula sa pagkakahuli niya kay Brett sa mall na kasama si Joanna, ang matinding katangahan ni Camille, pati na ang nakakahiya at nakakaumay aminin na namumuong feelings niya para kay Camille. Inamin rin niyang si Camille ang inspirasyon niya kaya niya pinilit tapusin ang ginawa niyang Android app, ang EasySpy.

"Talaga? Ang galing mo naman! Pwede na ba idownload ang app mo?"

"Oo naman!"

Ipinakita ni Jack kung paano idownload ang EasySpy mula sa Google Playstore—sa ngayon kasi ay libre pa ito para sa beta testing, kahit sigurado naman si Jack na gumagana ito ng maayos.

"Paano ba ito gagamitin?" panay ang tap ni Thea sa cell

phone niya, halata ang pagka-mangha sa mukha nito.

Matiyagang ipinaliwanag ni Jack. Una, kailangan i-install nang palihim ang EasySpy sa cell phone ng taong gustong i-monitor. Halimbawa, yung lalaking pinagsususpetsahan ng misis niya na may babae. Dapat ma-install ang app sa phone ng lalaki nang hindi alam ng lalaki. "Kapag na-install na, saka mo ita-tap itong Stealth Mode icon." Pinindot nga ni Jack ang naturang icon. Biglang nawala ang app— nagbalik sa normal ang phone ni Thea.

"Nasaan na?" Bakit biglang parang nabura?"

"Hindi nabura yun. Naka-Stealth Mode lang. Ibig sabihin nakatago. May pipindutin ka lang na password para mapalitaw ulit yun." Ipinakita ni Jack kung paano gawin yun.

"Ang galing!" Bilib na bilib si Thea. "Tapos ano mangyayari?"

"Eh di depende sa settings mo, palihim na ire-record ng EasySpy lahat ng phone conversations ng lalaki na gamit ang phone na yun."

"Eh paano yun mapapakinggan halimbawa ng misis na nang-e-espiya?"

"I-i-install mo rin ang EasySpy sa phone ni misis. Kapag na-install na dun, ise-setup niya lang sa Receive Mode ang EasySpy niya. Yun na. Pwede niya idownload remotely ang mga recorded audio conversations nang hindi namamalayan ni mister."

"Wow!" Akala mo nakakita ng artista si Thea. "Sobrang genius mo naman, Jack." Bigla ring lumamlam ang mga mata nito. "Napakaswerte ni Camille."

"Sorry," nasabi na lang ni Jack. Dahil at this point ay GGSS (guwapong-guwapo sa sarili) na siya, in-assume niya na kaya biglang nalungkot si Thea ay dahil *sobrang* nanghinayang ito na hindi mapapasa-kanya si Jack. "Kung natuturuan lang ang puso, Thea. Kaso si Camille kasi ang itinitibok ng puso ko. I'm sure makakahanap ka rin ng taong para sa iyo."

Napatitig sa mukha niya si Thea—saka bumunghalit ng

tawa. "Assuming ha! Kaya ako nalulungkot ay para sa iyo. Napaka-tanga mo kasi. Sa kabila ng lahat ng talento mo, wala ka pa ring tiwala sa sarili. Dapat noon mo pa inamin kay Camille iyang feelings mo."

"Eh anong magagawa ko? Si Brett ang gusto ng gagang yun."

"Kahit na. Laban laban rin. Lamang na lamang ka pa nga kay Brett eh—"

"Naku mas guwapo naman si Brett—"

"Hindi lang looks ang tinutukoy ko." Napaismid si Thea. "Kundi iba't ibang bagay. Si Brett, aminin na natin, lamang sa iyo sa kaguwapuhan. Ako nga kapag nangingitian nun, nalalaglag agad ang panty ko eh." Bungisngis. "Pero guwapo ka rin naman. At ang mas importante, may laman ang utak mo. Ang dami mong talents! Siguro kung marunong ka pang mag-*twerk*, sobrang panalo mo na."

"Ano yung twerk?"

"Hay naku, never mind. O basta, kung ako sa iyo, haharapin ko na yan sa lalong madaling panahon."

"Kailan kaya ang pinaka-magandang timing?"

"Seryoso iyang tanong mo?" May bahid na ng inis ang mukha ni Thea. "Eh di ngayon na. Ora mismo. Today. Hanapin mo si Camille, hatakin mo sa isang tabi, saka mo iconfess sa kanya ang lahat."

Hindi nakapagsalita si Jack. Napatahimik. *As in ngayon na?* Nung gumising siya kanina, wala sa plano niya na harapin ang pinaka-malaking takot na ito.

"Ano pa'ng hinihintay mo?" Napatayo na si Thea. "Hanapin mo na si Camille! Sabihin mo sa kanya ang lahat ng sinabi mo sa akin!"

Atubili pa rin si Jack. "Hindi ko alam kung nasaan ngayon si Camille eh."

"Ay juice colored! Di ba siya ang nagma-manage ng lahat ng booths? Isa-isahin mo ang mga booths! Makikita mo siya dun."

Shet, naisaloob ni Jack. Itinutulak na siya ni Thea

palabas ng botanical garden ay halos mabibingi na siya sa kabog ng dibdib niya. "Go forth," pabirong pahabol pa sa kanya ni Thea, "and multiply."

Napahinto bigla si Jack. *May ganun?*

WALA SA WEDDING BOOTH. WALA SA HORROR BOOTH. Wala din si Camille sa booth na nagtitinda ng tubig at softdrinks. Nahahati si Jack—parehong gusto niya at ayaw niyang makita talaga si Camille. Nang mapadaan siya sa may canteen, natanaw niya si Brett, mag-isang lumalagok ng softdrink. Sariwa pa sa isip niya ang pagkakasuntok sa kanya nito, pero wala na ang galit. Kung masama man ang loob niya kay Brett, yun ay dahil sa ibang maraming bagay. Papasok pa lang siya ng canteen ay nakita na siya agad nito. Kung medyo nagkamali sana si Brett ng reaction, baka nagbago ang isip ni Jack. Pero nang malapit na siya kay Brett, tumango ito, ngumiti, tumayo.

"Dude," salubong ni Brett, "Peace tayo. Sorry about that." Sabay turo sa panga ni Jack. "Masakit pa ba?"

Namula si Jack—syempre hindi siya aamin na medyo masakit pa ang bahaging nasuntok ni Brett. Kapag ngumunguya nga siya makirot pa rin. "OK lang ako, dude. Wala tayong problema."

Ilang sandaling awkward silence. Bago humirit ulit si Jack. "Gusto ko lang sabihin, dude, na congrats sa inyo ni Camille. Sana ingatan mo yun. Mabait yun, sobrang devoted, saka nakita mo naman na matalino—" *kita mo naman na siya ang taga-gawa ng lahat ng assignments mong hayup ka*, ang gusto sanang idugtong ni Jack—"kaya ingatan mo ang affection niya. Love na love ka nun."

Tatango-tango lang si Brett na parang nahihiya. "Yeah, I know. She's really something."

"Do you really love her?"

"How do you mean?"

"Mahal mo ba talaga si Camille tulad ng pagmamahal niya sa iyo?"

Hindi agad nakasagot si Brett. Parang biglang nag-isip

ito ng tamang isasagot. Yung ilang segundong pag-aatubili ni Brett, alam ni Jack na kahit sinabi nitong, "Of course, I really love her," sabi lang yun; naisip siguro ni Brett na hangga't hindi siya nakaka-graduate, kailangan niya si Camille na taga-gawa ng assignments niya.

"Sure?" Ulit ni Jack, kahit alam na alam niya ang kasinungalingang isasagot ni Brett.

"Of course, I'm sure." Mild guwapo laughter. "What's up with these questions?"

"Wala lang. May peace offering kasi ako sa iyo. I mean, para sa inyo ni Camille."

"Talaga? Ano yun?"

"I made an Android app that will get you free cellphone load!"

"Really?" Biglang napatayo si Brett. Naikukuwento na kasi ni Camille kay Brett na gumagawa nga si Jack ng Android app, kaya hindi siya nagduda sa kakayahan nito. Excited na kinuha nito ang cellphone niya. "Is it for sale? Or is it free?"

"It's still free," sabi ni Jack.

"Wow. Let me see it," excited na sabi ni Brett, habang iniaabot kay Jack ang phone nito para hanapin sa Google Playstore ang EasySpy app. Isang tap: downloaded at installed agad. Hindi pa nakakakibo si Brett ay mabilis na pinindot at nai-setup na ni Jack ang EasySpy sa settings na gusto niya. Saka mabilis na ibinalik kay Brett ang phone.

Nagtatakang binasa ni Brett ang phone. "So where's the free load? I don't see any difference."

"Hindi pa iyan activated, dude. Wait ka lang until tomorrow. Then it will send you a notification about the free load you're getting."

"Cool," ang nasabi na lang ni Brett, medyo alanganing maniwala sa paliwanag ni Jack. Hindi na siya nakahirit pa dahil tinapik na siya sa balikat ni Jack at nagpaalam na aalis na.

One down, one to go, ngingiti-ngiting naisaloob ni Jack habang palabas ng canteen. Naka-setup kasi sa Stealth

Mode ang in-install niyang EasySpy sa phone ni Brett, at
naka-pair ito sa phone ni Camille. Ang kailangan na lang
gawin ni Jack ay mai-install rin ang EasySpy sa phone ni
Camille, ilagay ito sa Receive Mode, at isetup itong mag-
auto-download ng mga recorded conversations galing sa
phone ni Brett. Dun na magkakaalaman ng tutoo.

But first things first: kailangang makita na niya si
Camille. Bago pa siya maduwag at umatras na naman.
Habang nagmamadaling maglakad ay isa-isang kinukwenta
niya kung ilang booths na ba ang nabisita—alin pa ba sa
mga walang kwentang booths na ito ang hindi niya nasilip?
Paglabas niya sa quadrangle ay nagulat siya sa isang
mahabang pila—patungo sa kissing booth!

*Talaga naman, o. Mga manyakis talaga. Makatikim lang ng
halik, kahit gumastos!*

Pero bigla ring napahinto si Jack: teka nga, hindi niya
pa napupuntahan ang kissing booth, ah?

HINDI NA MABILANG NI CAMILLE KUNG ILAN
na ang nahahalikan ni Analyn. Nasa likuran siya ng kissing
booth, napapangiwi tuwing may isang kutong-lupang
lilitaw sa unahan ng pila, bubuwelo, at bibigyan ng
nahihiya—pero ubod naman ng mapagsamantala—na halik
si Analyn. Isang halik lang naman yun, pero *Eeewwwness!* pa
rin. Ewan kung anong naglalaro sa isip ni Analyn, pero
nakangiti ito—either simpleng manyakis rin pala ito o
talagang sobrang galing sa acting. In fairness, box office hit
ang kissing booth—isang tingin sa labas ay mahaba pa rin
ang pila, yung iba nagtutulakan pa, nagbubungisngisan, lalo
na yung mga obvious na NGSB (No Girlfriend Since
Birth) na tuwang tuwa dahil sa wakas ay makakahigop na
rin sila ng sabaw, este, ng halik mula sa isang actual na
babaeng tao.

Noon nakaramdam na rin ng kaba si Camille.
Pagkatapos ni Analyn, siya naman. Kaya niya bang
magpahalik? Sa tutoo lang, si Brett pa lang ang nakaka-kiss
sa kanya, at madalang lang yun. Madalas sa noo lang siya

hinahalikan nito. Ang hirap kasi, hindi niya nasabi kay Analyn na dapat sa pisngi lang sila nagpapahalik—ang bruha kasi pagka-announce na umpisa na ng "business" ng booth, game agad, nagpahalik na agad sa unang mokong na naligaw dito. Kung ngayon niya ise-set ang rule na dapat sa pisngi lang sila magpa-kiss, baka mag-walk out rin itong si Analyn. "Eh bakit ngayon mo lang sinabi kung kailan tatlong dosenang lalaki na ang nagpakasasa sa nguso ko?" malamang ay isumbat nito. Uso pa naman ang mga nagwa-walk out ngayon. Bwiset.

Humawi ang kurtina sa likod ng booth at iniluwa nun si Analyn, ngumunguya ng chewing gum. "O ikaw naman," sabi nito. "Break muna ako." Napalunok si Camille—wala nang atrasan ito. *Sana guwapo, sana guwapo*, naibulong niya. Nang ma-realize na hindi yata realistic ang hiling niya, agad din niyang ibinaba ang standards: *Kahit hindi guwapo, basta nag-toothbrush man lang!*

"Ikaw naman, Camille," ulit ni Analyn nang mapansing hindi pa rin ito tumitinag sa pagkakatayo.

"Nagmamadali lang? May lakad ka?"

Inirapan siya ni Analyn, pero hindi na ulit nagsalita.

Hinga nang malalim. Hawi ng kurtina. Pasok sa loob ng booth. Saka napanganga si Camille sa naabutang nasa unahan ng pila.

Si Jack, nakangisi, akala mo nakaloko.

"Anong ginagawa mo dito? Bawal ka dito no!"

"Bakit? Nagbayad din ako ah."

"Kunin mo ulit yung ibinayad mo. I-refund mo. Wala aking paki. Basta wag ka dito!"

"Ganun? OK lang na makipaghalikan ka sa mga taong iyan na hindi mo naman kakilala, basta wag lang sa akin? Kahit alam mo namang strikto ako sa aking oral hygiene at certified ako ng Philippine Dental Association?"

Nangangatal na sa inis si Camille. "Pwede ba? Alis na! Alis! Nasisira ang business namin!"

"Wow," sabi ni Jack. Cool lang. Walang indikasyon na may balak itong umalis. "Imbes na magpasalamat ka sa akin dahil iniligtas kita sa oral herpes, ganyan pa igaganti mo?"

"Anong oral herpes pinagsasabi mo?"

"Oral herpes. Eh di yung sakit na nakukuha kapag nakipaghalikan ka sa syokoy! Tulad nitong nasa likod ko."

"Anong sabi mo, brad?" biglang tanong ng lalaking nakatayo sa likod ni Jack.

"Wala," lingon ni Jack, "sabi ko ang gwapo mo. Pakurot nga. Macho!" Balik kay Camille: "Kaya hindi ako aalis dito hangga't hindi ko nagagawa ang gusto ko."

"Hinding hindi ako magpapahalik sa iyo, manyak!" Namumula na ang mukha ni Camille sa inis.

Doon hindi nakapagsalita si Jack. Nakatitig lang kay Camille, tinitimbang ang susunod na sasabihin. Lagi na lang silang nag-aaway, simula pa nung Lunes. Tama na siguro ito. Buntong-hininga. "Sorry na," sabi niya, halos bulong lang.

"Ano?"

"Sabi ko nagpunta ako dito para magsorry, hindi para makipagtalo. Pasensya ka na. Kung tingin mo may kasalanan ako, patawarin mo na ako."

"Antagal mo naman, brad. Hahalik ka ba?" singit ulit ng lalaki sa likod ni Jack.

"Teka lang, pogi," lingon ni Jack, tapos balik kay Camille. "Nami-miss ko na ang friendship natin. Namimiss ko na ang mga kuwentuhan. Namimiss kita kapag nasa canteen ako, o pauwi. Namimiss ko ang mga text mo. Namimiss ko nang malaman kung kumusta naman ang araw mo." Nang lumapit siya at abutin ang kamay ni Camille, hindi lumayo ang dalaga. "At namimiss ko na rin ang katangahan mo. Pwede bang 'reset'? Pwede bang balik na tayo sa dati?"

Nakatitig lang si Camille sa mukha ni Jack. Namumula ang mga pisngi nito, pati na rin ang mga mata—medyo naiiyak na rin kasi siya. Halu-halo ang emosyon niya ngayon—kanina sobrang pikon na niya, pero nang marinig niya ang sorry ni Jack, biglang nawala ang inis, napalitan agad ng kung ano man yung dati pa niyang nararamdaman para sa binata.

"Bati na tayo," pakiusap ni Jack.

Matagal na hindi nakapagsalita si Camille. Tila huminto ang mundo nila. Kahit yung lalaki sa likod ni Jack, hindi na rin nangulit. "OK lang, hintayin ko na lang yung isang nagpapahalik kanina," sabi nito sa mga kasama niya. "Mukhang mas masabaw ang nguso nun kaysa rito."

Gustong matawa ni Camille nang ma-realize na si Analyn pala ang tinutukoy nila. Hindi niya akaling "hit" pala ang bruha.

"Peace?" ulit ni Jack.

Sa wakas ay tumango na si Camille. "OK," mahinang sabi niya.

"Friends?" sabi ni Jack.

"OK," sagot ni Camille.

Saka siya niyakap ni Jack—"friendly" na yakap. *Between friends, walang malisya*, paalala ni Camille sa sarili, kahit medyo iba na yata ang nararamdaman niya.

"At dahil friends na ulit tayo, may gift ako sa iyo," sabi ni Jack.

"Talaga? Ano yun?"

"Pahiram ng cellphone mo, dali."

Alanganin man ay nanaig pa rin ang curiosity sa dalaga, kaya iniabot niya kay Jack ang phone. Pinindot-pindot yun ni Jack. Ilang sandali pa'y ibinalik nito ang phone.

"Ano'ng ginawa mo?" usisa ni Camille habang binabasa ang screen ng phone.

"Natapos ko na ang EasySpy, yung Android app na kinukwento ko sa iyo dati? Yung pwede mong mahuli kung may kalokohan si Brett? Naka-install na yun dyan."

Tila natulala si Camille. "Ayaw ko nun," maya-maya'y sabi nito. "Tanggalin mo yun dito sa phone ko, Jack. Ayoko ng ganun."

Gulat na gulat si Jack. "Bakit ayaw mo? Ayaw mo bang malamang ang tutoo?"

"May tiwala ako sa boyfriend ko," sabi ni Camille, hindi

ngumingiti. "Kaya kung gusto mong manatili tayong friends, tanggalin mo yun dito sa phone ko."

Alanganin man ay napilitang kunin ulit ni Jack ang phone. Ilang sandaling may inayos siya dito, saka tahimik na ibinalik ito kay Camille.

"Wala na?"

Tumango si Jack.

Ngumiti na si Camille. "Sige na, may business pa kami."

"Itutuloy mo pa rin ang duty mo dito sa booth?"

"Oo. Kailangan e."

"OK," sabi ni Jack, palinga-linga sa likod. Nang makatiyempo'y bigla niyang niyakap si Camille—at bago pa maka-angal ang dalaga'y nahalikan na niya ito sa lips—one wet, needy kiss.

"Nagbayad ako ha," hangos na sabi ni Jack, saka biglang tumakbo palabas ng booth na nagtatawa. Naka-score kasi. Naiwan si Camille dun na alanganing matawa, alanganing magalit. At nahihiya man siyang aminin sa sarili, hindi niya mapigilan ang isang conclusion: *masarap pala ang kiss ni Jack.*

Biglang lumitaw ulit si Analyn sa tabi niya. "Tapos ka na ba? Ako ulit ang du-duty?" tanong nito.

Wow. Adik lang?

"It's all yours," sabi na lang ni Camille, saka bumalik sa likod ng booth. Nasa labi niya pa rin ang kiss ni Jack.

10

NAPAKALIGAYA NI CAMILLE. Matatapos na ang Foundation Week, at successful ito. Malaki ang naging participation niya dito, kaya proud siya sa accomplishment. Ngayon ay nakaupo siya sa panel ng mga organizers—siya lang ang nag-iisang estudyante, ang iba ay mga teachers—habang pinanonood ang final game ng basketball tournament. Abot-kamay na ng team ni Brett ang panalo. Ten points ang lamang, pero second quarter pa lang kaya masyado pang maaga para mag-celebrate. Kung magpapatuloy ang performance ni Brett, na siyang star player ng team, panalo sila.

Kaya excited na si Camille—pangako kasi ni Brett na magdi-dinner sila mamayang gabi. Siyempre, mamayang gabi ay Prom Night din, at escort niya si Brett—feeling niya siya na ang pinakamaswerteng babae sa buong mundo.

Pero sa tutoo lang, hindi buo ang excitement at saya ni Camille. Bati na sila ni Jack, pero parang lumalayo ang binata. Hindi niya nakita maghapon. Tinext niya, hindi rin nagrereply. Minsan, kapag tahimik na ang lahat, may mga bagay na gumugulo sa isip at puso ni Camille. Hindi niya naman kasi alam kung ano ba talaga ang gusto ni Jack. Pero minsan, parang nafi-feel niya na parang gusto siya ni Jack—hindi bilang kaibigan lang, kundi bilang girlfriend na rin. Sabagay, OK naman sila—pareho sila ng toyo, 'ika nga. Ang kaso mahirap i-dismiss si Brett—sinong babae ang makaka-resist dito? Pero hindi lang naman kaguwapuhan at kakisigan ang importante, di ba? Minsan, kapag nasa mood siya para magpakatotoo, ini-imagine ni Camille: *what if?* Kung sila nga ni Jack?

Tutal masarap naman humalik si Jack.

Naka-shoot si Brett—dagundong ang buong gym sa tilian ng fans. Pero parang wala doon ang isip ni Camille. Parang mas masaya yata kung andito rin sa tabi niya si Jack. Panay ang check niya sa phone—wala pa ring reply ang mokong. Ano kaya kung biruin niya? Magtext kaya siya ng "I love you," ano kaya reaction nun? Naku, huwag na. Mahirap na. Baka pagsimulan ulit ng away.

Humingi ng time-out ang coach ng kalabang team. Saka naman biglang tumunog ang phone ni Camille—pero hindi familiar sa kanya ang ring tone. Iba ang alarm nito. Nang tingnan niya ang screen, ang salitang "EasySpy" agad ang nabasa niya. At sa gitna ng screen ay isang blinking red button. "Press" nakasulat sa ibaba ng button. Kunot ang noo ni Camille: hindi ba inutusan niya si Jack na huwag i-install ang app? Dahil ayaw niyang malaman ang tutoo? Pero tila tumitibok at nag-aapoy na puso ang red button, at inaakit siya nitong pindutin. *Press.*

Pindutin na ba niya?

NAKATITIG LANG SA KISAME SI JACK, isip-isip. Nakailang text na si Camille, nangungumusta, nagtatanong kung manonood ba siya ng game. Hindi niya sinagot.

Nasesense niya kasi na biglang mag-iiba ang mood nito. Tiningnan niya ang wall clock: limang minuto na lang bago mag-alas onse ng tanghali. Napabuntong-hininga siya. Kung perfect at gumagana ang EasySpy, in five minutes, sisimulan nitong idownload LAHAT ng naging phone conversations ni Brett nitong nakaraang ilang araw. Hindi alam ni Camille na hindi niya talaga binura ang app—inilagay niya lang sa Receive Mode. Bahala na si Batman, naisip niya. Kung anuman ang madownload ng app—good o bad man—OK lang. Kung walang kalokohan si Brett, *eh di wow, siya na!* Pero kung may kalokohan siyang ginawa—halimbawa, kinausap na naman niya si Joanna, o kung sino mang pokpok ang available kapag nalulungkot siya, makukuha yun lahat ng app niya. At maririnig ni Camille. Sana lang ay i-press nga nun ang red button. Dahil kung hindi, lusot na naman si Brett.

Napatingin ulit si Jack sa wall clock. Sampung minuto na pasado alas onse! Sampung minuto na mula nung gumana ang alarm ng EasySpy at ginawa ang naka-program na trabaho nito. Pinindot kaya ni Camille?

Tiningnan niya ang phone. Walang text ni Camille. Kahit si Thea ay hindi na rin nagtetext sa kanya mula nung confession niya nung isang araw. Napatingala ulit siya sa kisame:

Ano'ng gagawin niya sa maghapon? Pupunta ba siya ng Prom?

May kumatok sa pinto. "Jack," tawag ni Nanay Rosing. "Narito na ang in-order kong damit na isusuot mo mamaya sa Prom. Sukatin mo dali!"

Shet, naisip ni Jack. *Wala na ba akong kawala dito?*

ILANG ULIT NA PINAKINGGAN NI CAMILLE ang humigit-kumulang na sampung minutong downloaded audio recording mula sa phone ni Brett. Hindi siya makapaniwala. Pati ang time stamp ng mga phone calls—ganun ka-detalyado ang Android app na nilikha ni Jack—nakalagay dun. Ang huling phone call ay sa isang babaeng nagngangalang Erika. Nagpupuyos ang kalooban ni

Camille; para siyang mabubulunan.

"Wait kita after ng Prom. Hatid ko lang si Camille. I'm sure hindi makakahalata yun."

Hindi maitatangging boses yun ni Brett.

"Ha ha ha ha! Ibang klase ka talaga. Napaka-busy mo ha," sabi ng boses ng babae, na Erika ang pangalan. Sa house na lang tayo. Wala naman si Mommy at Daddy. Ako lang mag-isa magdamag."

Napakalandi ng bruhang to!

Isa pa lang yun. May Joanna pa. May Sandra pa. May Cherry pa. May mga iba pa. *Aba matindi*, siguro'y masasabi ni Jack kung narito lang yun, *hanep pala ang time management nitong si Brett ah. Professional!*

Ang galing nga ng EasySpy ni Jack—sa loob ng isa't kalahating araw, ilang dosenang phone calls ang nadownload nito remotely mula sa phone ni Brett, at lahat ng iyon ay automatic—ni hindi niya alam na nagtatrabaho ang app habang gamit niya ang phone. Mas maa-appreciate sana ni Camille ang pagiging genius ni Jack kung hindi lang masamang-masama ang loob niya. Naniningkit na ang mga mata niya. *Humanda kang Brett ka. Hindi kita patatawarin.*

Sa labas ng CR, dumadagundong na ang ingay ng mga fans. Malapit na kasing matapos ang second quarter. Lamang pa rin ang team ni Brett. Biglang naisip ni Camille: kapag nanalo ang lecheng ito, lalong tuwang-tuwa ang Brett, lalong magpapakasasa sa lahat ng mga babaeng mauuto ng kakisigan niya.

No more Miss Nice Girl.

Tila bagyong lumabas ng CR si Camille, dire-diretso paakyat ng stage kung saan nakaupo ang panel ng mga organizers. Diretso sa upuan niya, na napapagitnaan nina Mrs. Santos at Miss Rodriguez. Bigla na lang niyang hinablot ang mic sa magsasalita sanang si Mrs. Santos.

"Brett, hayup ka," bulyaw ni Camille sa microphone. "Break na tayo. Hinding hinding hindi ka na makakabalik sa akin! Magsama kayo ng Joannang iyan, pati na ng Erika, Sandra at kung sino-sino pang kalukadidang mo!"

Napahinto bigla ang lahat—pati ang basketball game. Lahat napalingon kay Camille. Pero hindi pa ito tapos. Biglang idinikit ni Camille ang phone niya sa mic habang naka-play pa rin ang EasySpy.

Sa house na lang tayo, tutal wala naman si Mommy at Daddy. Ako lang mag-isa magdamag, boses ni Erika, dumadagundong sa PA system ng buong school.

Press Next audio clip:

Hi, Joanna. What's up? Are you free Saturday night?

Tila pusang lampong ang boses ni Joanna: *Oo naman, basta for you. Same place lang ba?*

Ibinaba ni Camille ang mic, nakatitig kay Brett. Ang lahat ay napalingon tuloy sa lalaki, na noon ay nakatayo sa gitna ng basketball court, hawak pa ang bola. Tulala ito. Pero hindi pa tapos si Camille: binawi ulit ang mic sa namamanghang si Mrs. Santos. "Ma'am, at sa lahat ng mga teachers, gusto ko lang malaman nyo, AKO ang taga-gawa ng mga assignments ni Brett. Walang alam iyan kundi mambabae! Kaya tama, yakapin mo iyang bola na iyan, kasi mambobola ka naman talaga."

Mambobola-la-la-la-la, echo ng mga speakers sa buong school.

Sabay walk-out. Walang lingon-likod. Puro pula ang nakikita ni Camille—kung may nagkamaling humarang sa daan niya nang mga sandaling yun, malamang nasaktan niya ito. Tapos na ang trabaho niya para sa Foundation Week. Tapos na rin ang chapter na ito ng buhay niya. Move-on, move-on din pag may time.

Pero saan nga ba siya magsisimula muli?

"WOW! ANG GUWAPO NAMAN!" ANG UNANG nasabi ni Thea pagbukas niya ng pinto.

"Tanggap ko na iyan," sagot ni Jack, umasta na akala mo contestant ng Mr. Pogi.

"Buti nagbago ang isip mo," sabi ni Thea, "akala ko di ka talaga a-attend ng Prom."

"Si Nanay kasi, hindi ko maatim na i-disappoint. Ang

mahal ng pagkakabili niya dito e," turo sa suot niyang black long-sleeved shirt, with matching kurbata pa. "Four gives!"

Napatawa si Thea. Magandang maganda rin siya sa suot na pulang gown, hapit na hapit kaya kita ang hubog ng katawan ng dalaga.

"Sino na ba ang nauto mong ka-date mo?" tanong ni Jack.

"Sino pa, eh di si Rey."

"Ah, OK." Napangiti na lang si Jack. "Sigurado ka ba na hindi ka lolokohin nun?"

"Hello?" sabi ni Thea sabay angkla sa braso ni Jack. "Date lang ito sa Prom, hindi kasal. Wala pa sa isip ko ang mga bagay na iyan no. Tara na. Baka ma-late pa tayo. Dun na raw kami magkita sa school entrance."

Nasa byahe papuntang school, naisip ni Jack na uuwi rin siguro siya kaagad. Mapagbigyan lang ang Nanay Rosing niya, para lang ma-feel nito na hindi nasayang ang binili nitong damit. Siguro sayaw lang siya nang konti, lamon, este, tikim ng konti sa buffet. Tapos uwi na. Naiisip niya si Camille—kumusta na kaya yun? Tinext niya ay hindi naman sumagot—gumaganti siguro sa hindi niya pagsagot kaninang umaga. Malamang hindi rin yun pupunta— nabalitaan na ni Jack kung ano'ng nangyari kanina sa basketball game. Ang matinding meltdown ni Camille. Talo tuloy ang team ni Brett—hindi na kasi ito nakapaglaro nang matino matapos ibroadcast ni Camille ang mga kalokohan nito.

Nakangiting sinalubong sila ni Rey sa may entrance. "Just on time. Salamat, dude, at iningatan mo si Thea."

Tumango si Jack. "Syempre naman."

Naririnig na nila ang dance music mula sa loob ng school. Napangiti si Thea habang binabasa ang phone. "Saglit lang, Rey ha," sabi niya sa ka-date. "May ipapakuha lang ako kay Jack."

Kunot-noo ni Jack. "Hanggang dito ba naman may utos pa?"

"Importante to," sabi ni Thea, hatak-hatak sa kamay si

Jack.

Napatango na lang si Rey. "Sure, I'll wait for you here."

Sa botanical garden siya dinala ni Thea. "Kuha mo naman ako ng isang pechay dun."

Hindi maipinta ang pagtataka at inis sa mukha ni Jack. "Anong gagawin mo sa pechay?"

"Basta," sabi lang ni Thea.

Naiinis man, minabuti na lang ni Jack na sundin si Thea para lang matapos na ang kung ano man ito. Pero pagpasok niya sa loob ng garden, kalbo na ang lupa ng group ni Thea—wala na ang mga tanim nila. "Naku," napalakas ang boses ni Jack. "Ninakaw yata ang mga tanim nyo!"

"Ang ninakaw lang dito ay ang puso ko," sabi ng isang pamilyar na boses.

Paglingon ni Jack, tila natuklaw siya ng ahas sa nakita.

Sa may gate ng garden, nakatayo si Camille, suot ang isang Hello Kitty-inspired na gown, nakangiti. Wala na si Thea. Mukhang nai-setup siya.

"Pwede bang ikaw na lang ang escort ko sa Prom? Hindi pwede si Brett eh." Ngisi si Camille. "Busy kasi siyang nakikipag-party sa mga girls niya."

"Camille—"

"At huwag na huwag kang tatanggi. Hindi ako nakikiusap—utos yun."

Namilog ang mga mata ni Jack. "Wow. Bossy. I like that. Sana nagdala ka na rin ng latigo para kumpleto."

"OK lang ba sa iyo na second option lang kita?"

Natawa tuloy si Jack. "Ano ka ba naman, Camille." Pasimpleng hawak sa kamay ng dalaga, na hindi naman pinigilan ni Camille. "Alam ko namang ako talaga ang first option mo noon pa. Kaya mo lang naman pilit pinipili si Brett ay dahil sa katangahan mo. Soooobrang tanga. Kaya congrats at nagising ka na."

Napaismid ang dalaga. "Akala mo siya hindi tanga."

"OK sige, pareho na lang tayo. Deal?"

"Deal."

"So ibig bang sabihin nito, pwede ko nang baguhin ang status ko sa Facebook, pwede ko ng gawing 'in a relationship'?"

Tumango si Camille. "Ako kanina ko pa binago."

"Wow," sabi ni Jack, "talagang ganun ka ka-sigurado na sasagutin kita?"

Alanganing matawa-mainis ang dalaga.

"Joke lang," bawi ni Jack, nakangisi. "Tara sayaw na tayo. Mahaba pa ang gabi."

Nakatitig lang si Camille sa mukha ni Jack. "Sayaw lang? Wala ka ng ibang gagawin?"

Napatawa si Jack. "Mamaya pag sweet na ang tugtog, pag madilim na, pa-kiss na rin—awww!"

Kurot sa tagiliran ang iginanti ni Camille—pero this time, hindi madiin yun. Tamang lambing lang.

"Mag-i-imply ng 'something more', tapos pag pinatulan, sabay mangungurot. Kayong mga babae talaga. Sala sa lamig, sala sa init."

"Wag ka na magreklamo," sabi ni Camille, hatak-hatak si Jack patungo sa gym, kung saan nagsisimula na ang sayawan. Pagdating nila sa gitna ng dance floor, tyempo namang naisipan ng DJ na patugtugin ang "Four Walls" ng Broods.

And I'm trying hard to make you love me
but I don't wanna try too hard
And I'm trying hard to take it lightly
but we're here now

"Ganda ng gown mo ah," bulong ni Jack. "Hulaan ko: Hello Kitty rin ang underwear mo ano?"

"Syempre," sagot ni Camille. "Special occasion panties ko yun eh." Sabay na napatawa ang dalawa.

"Habang buhay akong ganito ka-kulit," dugtong ni Camille. "Madalas hindi ko alam ang ginagawa ko, Jack. Kaya mo ba yun? Can you stand me?"

"Wow, straight English yun ah."

"Seriously. Here I am. Take it or leave it."

Tinitigan siya ni Jack. "I'll take it," maya-maya'y sabi nito. "Kahit ano pa'ng mangyari, narito lang ako. Hindi ako aalis sa tabi mo. Promise."

Hindi na sumagot si Camille; hinayaan na lang niyang yakapin siya ni Jack. *OK lang maging tanga*, finally ay narealize ni Camille. *OK lang maging tanga basta with the right person.* Tapos na ang kanta'y nasa dance floor pa rin sila, sumasayaw sa saliw ng sweet music na sila lang yata ang nakakarinig, sumasabay sa kantang sila lang ang nakakaalam.

END

TUNGKOL SA MAY-AKDA

Si JB Lazarte ay premyadong manunulat sa Ingles (nakatanggap na ng Philippines Free Press Literary Award at Carlos Palanca Award) at may-akda ng mga nobelang *Xavier Decides To Stop A Killing*, *Sophia's Men*, at *All The Darkness Unseen*. Nakursunadahan lang niyang isulat ang *Tanga Mo Naman, Love* bilang sagot sa isang hamon. Maaari siyang istorbohin sa pamamagitan ng email: jblazarte@gmail.com

Made in the USA
Monee, IL
18 August 2025